மருது பாண்டியர்களின்
பேரறிக்கையும் அதன் அரசியலும்

தொகுப்பு: இளஞ்சென்னியன்

மருது பாண்டியர்களின் பேரறிக்கையும் அதன் அரசியலும் ● கட்டுரைகள் ● தொகுப்பு: இளஞ்சென்னியன் ● முதல் பதிப்பு: அக்டோபர் 2021 ● பக்கங்கள் 114 ● யாப்பு வெளியீடு, 5, ஏரிக்கரை சாலை, 2வது தெரு,சீனிவாசபுரம்,கொரட்டூர்,சென்னை-600076,பேச:9080551 4506 ● ஒளியச்சு:செம்பச்சை நூலகம் ● அட்டை வடிவமைப்பு: சென்றாயகுமார்

விலை: 120

Maruthupaandiyargalin Perarikkaiyum Adhan Arasiyalum ● Yappu Veliyeedu Articles Ilanchenniyan ● First Edition October 2021 ● Pages: 114 ● Nam Naadu is an imprinted of Yappu Veliyeedu 5,Erikkarai Saalai, 2nd Street,Seenivaasapuram,Korattoor,Chennai-600076 Cell: 9080514506 ● Typeset: Sembatchai Noolagam ● Book Cover Page Design: Sentrayakumar
Printed at Manipal Technologies Limited, Manipal

Price: 120

ISBN NO:978-81-954628-27

நிலத்தின் மீதான உரிமை முழக்கம்

1800-1801 ஆண்டுகளில் தென்னிந்திய நிலப்பகுதி முழுவதும் ஆங்கிலேய வணிகப் பெருநிறுவனமான கிழக்கிந்திய வணிக குழுமத்தின் வன்குடியாதிக்க அரசியல் போக்குக்கு எதிராக அணிதிரண்ட பாளையக்காரர்களின் எழுச்சி வரலாற்று முக்கியத்துவம் வாய்ந்த ஒன்றாகும்.

தென்னகத்தின் பல்வேறு பகுதியில் நடந்த வன்குடியாதிக்க அரசியல் எதிர்ப்பு கொந்தளிப்பின் முழுமையான அரசியல் கருத்தியல் வடிவமாக மதிக்கத்தக்க மருதுபாண்டியர்களின் திருச்சிராப்பள்ளி போர் முழக்கம் பல்வேறு வகையில் நமது கடந்தகால வரலாற்றில் இருந்து பெறவேண்டிய படிப்பினைகளின் பாடமாகத் திகழ்கிறது.

உலகின் முதல் வணிகப் பெருங்குழுமமான (ஊழசிழசயவநள) கிழக்கிந்திய வணிக பெருங் குழுமத்திற்கு எதிராக மருது பாண்டியர்கள் வெளியிட்ட அரசியல் பேரறிக்கை இந்த நிலத்தில் வாழ்ந்த அனைத்து மக்களின் தன்மான வாழ்வுக்கும், உரிமை உணர்வுக்கு மான அரசியல் உள்ளடக்கத்தை கொண்டதாகும்.

ஆங்கிலேயே வன்குடி ஆதிக்கவாதிகள் இந்த நிலத்தில் வணிகத்தின் அடிப்படையில் வளங்களைக் கொள்ளையிட நடத்திய அரசியல் போர்களில் தமது நிலத்தை பாதுகாக்க போராடிய பாளையக்கார ஆட்சியாளர்கள் விடுதலை உணர்வு கொண்டவர்களில் முக்கியமானவர்களாகவும் அரசியல் வழிபட்டு இந்த வஞ்சகர்களின் சூழ்ச்சி அரசியலை புரிந்து கொண்டவர்களாகவும் விளங்கிய மருது பாண்டியர்கள் தம் அரசியலை பல்வேறு அரசியல் கண்ணோட்டத்தில் அணுகும் வகையில் இக்கட்டுரை தொகுப்பில் உள்ள கட்டுரைகள் உள்ளன.

வரலாறு எனது வழிகாட்டி என்கிறார் தமிழீழத்தேசியத்தலைவர் பிரபாகரன்.நாம் வாழும் சமுக அமைப்பில் ஏற்படும் முரண்களை தீர்க்க அரசியல் செய்ய முற்படும் நாம் நமது சொந்த வரலாற்றில் தேர்ச்சி பெற்றவர்களாகவும் அதன் வழி நின்று நமது நிகழ்காலத்திற்கான அரசியலை வடிவமைக்க வேண்டியவர்களாகவும் உள்ளோம்.

அதனடிப்படையில்

மருதுபாண்டியர்கள் உள்ளிட்ட பாளையக்காரர்கள் எழுச்சியின் போராட்டம் நமது வளங்களை பாதுகாக்கவும் நிலத்தின் மீதான உரிமைகோரும் இறையாண்மைக்கான போராட்டத்தின் முன்னோடி போராட்டமாக அமைகின்றது.

அதிலும் குறிப்பாக மருதுபாண்டியர் திருச்சி பேரறிக்கை இன்றைக்கு நமது அரசியலை வெளிப்படுத்தும் அரசியல் அறிக்கைகளின் முன்மாதிரி வடிவம் ஆகும். அரசியல் அடிப்படையிலும் கால இடைவெளியின் அடிப்படையிலும் இன்றைக்கு பல முற்போக்கு அரசியல் இலக்கு கொண்டவர்களின் அரசியலை விட மேம்பட்ட அரசியல் இலக்குகளையும் உத்திகளையும் கொண்ட வரலாறாக அது அமைந்துள்ளது. பாதுவாக வன்குடியாதிக்க எதிர்ப்பு கால கட்ட வீரர்களை பல்வேறு வட்டார சாதிய.'.இனக்குழு அரசியல் நலன்களை முன்னிறுத்தி அரசியல் செய்யும் தரப்பே கொண்டாடுகிறது.

இக்குறுகிய எல்லைகளை கடந்த மொத்த சமுகத்தின் நலன்களை முன்வைத்து இன்றைய புதிய உலகில் நமது வளங்களையும் வாழ்வையும் சீரழிக்கும் பெருநிறுவனங்களுக்கு எதிரான போராட்டத்திற்கான அரசியலை செய்யும் அனைவருக்கும் படிப்பினைகளை தரக்கூடிய அரசியல் உள்ளடக்கத்தை கொண்ட இந்த வரலாற்றை புரிந்து கொள்ள இத்தொகுப்பானது பயன்படட்டும். இக்கட்டுரை தொகுப்பாக்கத்திற்கு கட்டுரை வழங்கிய கட்டுரையாளர்களுக்கு மிகுந்த நன்றியை தெரிவித்துக் கொள்கிறேன்.

நூலினை வடிவமைத்த தோழர் அறிவுமதிக்கும் அச்சிடும் யாப்பு பதிப்பகம் தோழர் செந்தில் வரதவேல் அவர்களுக்கும் நூல்தொகுப்பாக்கத்திற்கு பிறவகையில் உதவியர்களுக்கும் நன்றி.

இத்தொகுப்பு நூல் மிகுந்த காலதாமத்திற்கு பின்பு வெளிவருகிறது.காலதாமதத்திற்கும், ஏனைய குறைகள் இருப்பின் அதற்கும் முழுப்பொறுப்பை நானே ஏற்கிறேன். வாசித்து நூலின் கருத்தையும் அதன் பேசுபொருளையும் ஆக்ககூறாக பயன்படுத்த வேண்டுகிறேன்.

-இளஞ்சென்னியன்

உள்ளடக்கம்

1. ஜம்புதீவுப் பிரகடனம்: அன்றும் இன்றும்
   குருசாமி மயில்வாகனன்

2. சம்புத்தீவு பிரகடனமும் அரசியலும்
   - உறவு பாலசுப்பிரமணியன்
   (மார்க்சிய சிந்தனையாளர்)

3. மருது பாண்டியரின் பிரிகடனம்
   - டாக்டர் மு.இராஜேந்திரன் இ.ஆ.ப

4. மருது பாண்டியரின் திருச்சி பிரகடனம்
   - பேராசிரியர் த.செயராமன்

5. தமிழகத்தில் தொடங்கிய இந்திய விடுதலைப்போர் அங்குதான் நிறைவுபெறும்!
   - குமரி மைந்தன்

ஜம்புத் தீவுப் பிரகடனம் :
அன்றும் இன்றும்

குருசாமிமயில்வாகனன்

சின்ன மருதுவின் இந்தப் பிரகடனம் வெளிவந்த காலகட்டம் அப்போதிருந்த அரசியல் நிலை; மருது சகோதரர்களின் பலம் மற்றும் பலவீனம்; ஆங்கிலேயரின் தந்திரம் மற்றும் வலிமை; சிவகங்கைத் துரோகிகளின் செயல்பாடுகள்; ஆகிய வரலாற்று விவரங்கள் நாமறிந்ததே. இந்தத் தொகுப்பிலும்கூட பலர் அதை விளக்கியிருக்கக் கூடும். எனவே, அந்த வரலாற்று விவரங்களுக்குள் நுழையாமல் இந்த அறிக்கையின் அப்போதைய (1801) பொருத்தப்பாடும் இப்போதையை (2018) பொருத்தப்பாடும் குறித்துப் பேசுவது பயன்மிக்கதாக இருக்கும் எனக் கருதுகிறேன். அதிலும் அப்போதைய பொருத்தப்பாடும்கூட நாமறிந்ததே. அதனை விளக்க வேண்டிய அவசியமுமில்லை. எனவே, பிரகடனத்தின் இப்போதைய பொருத்தப்பாடு குறித்துப் பார்ப்பது இன்றைய காலத்தில் நமக்குப் பலனளிப்பதாக இருக்கும். 2018 என்பதை அந்த ஆண்டாக மட்டும் கருதவேண்டியதில்லை. அதற்குப் பின்னால் வரும் ஆண்டுகளாகவும் கருதலாம்.

இது ஒரு அரசியல் பிரகடனம். இந்தப் பிரகடனம் சின்ன மருதுவின் அரசியல் கண்ணோட்டத்தை வெளிப்படுத்துகிறது. சின்ன மருதுவை வெறும் 1800 காலகட்ட மனிதனாக மட்டும் எண்ண முடியாது. அவர் அக்காலகட்ட அரசியலின் பிரதிநிதி. சின்ன மருது இன்றைய தமிழக, இந்திய அரசியலுக்கும் உதவக் கூடியவர் என்பதற்கு இந்தப் பிரகடனம் ஒரு ஆதாரம் என்பது

எனது நம்பிக்கை. சில வேறுபாடுகளைத் தவிர சின்ன மருதுவின் அரசியல் இன்றைய அரசியலுக்கும் வழிகாட்டக்கூடியதாகத்தான் உள்ளது என்பதை நிறுவுவதே இக்கட்டுரையின் நோக்கமாகும். முதலில் சின்ன மருதுவின் அறிக்கையை முழுவதுமாக வாசித்துவிட்டு பிறகு இக்கட்டுரையை வாசிக்கவும்.

பிரகடனம் : வெளியீடு

*1801*ஆம் ஆண்டு ஜூன் மாதம் *16*ஆம் தேதி திருச்சி மலைக்கோட்டையின் வெளிச் சுவற்றிலும் ஸ்ரீரங்கம் அரங்கநாதர் கோயிலின் வெளிச் சுவற்றிலும் தமிழில் எழுதப்பட்டு ஒட்டப்பட்டிருந்த இந்தப் பிரகடனத்தை கம்பெனியினர் ஆங்கிலத்தில் மொழிமாற்றம் செய்து உடனே லண்டனுக்கு அனுப்பி வைத்துள்ளனர். நமக்கு அந்த ஆங்கில அறிக்கைதான் ஆதாரம். நாட்குறிப்புபோல சிவகங்கையின் கடைசிக் கட்டச் சம்பவங்களை விவரித்து வரிசையாக எழுதி வந்த கர்னல் ஜேம்ஸ் வெல்ஷ் இந்தப் பிரகடனத்தைப் பற்றித் தனது ‘MILITARY REMINISCENCES’ நூலில் ஏதும் குறிப்பிடாதது ஆச்சர்யத்தையே தருகிறது. கம்பெனியின் ஆவணமான Revenue Sundries - தொகுப்பு *26*இல் பக்கங்கள் *445*லிருந்து *455* வரையிலுள்ள *1801*ஆம் ஆண்டு யிஹிலிசீ மாதம் *10*ஆம் தேதியிட்ட பகுதியில் இப்பிரகடனம் உள்ளது. ஆயினும், *1813*ஆம் ஆண்டிலேயே ஜே.கோர்லே தன்னுடைய ‘விகிபிஸிகிஞ்ஹி’ எனும் நூலில் பிரகடனம் குறித்து எழுதியுள்ளதானது இப்பிரகடனம் வெளியிடப்பட்டது உண்மைதான் என்பதற்கான வலுவான ஆதாரமாக உள்ளது.

இப்படி ஒரு பிரகடனம் வெளியிடப்பட்டிருப்பதை நமக்கு முதலில் அறியத் தந்தவர் டாக்டர் கே.இராஜய்யன். அவருக்கு முதலில் நன்றி கூறிக் கொள்வோம். இப்பிரகடனத்தைப் பலரும் தமிழில் மொழி பெயர்த்துள்ளனர். அதில் சிலர் சில வாக்கியங்களை மறைத்துள்ளனர். அவ்வாறு மறைத்துள்ளதை சிலர் தெரிவித்துள்ளனர். சிலர் அதையும் மறைத்துள்ளனர்.

பிரகடனம்: அமைப்பு

இந்தப் பிரகடனமானது ஆறு (6) பத்திகளைக் கொண்டிருக்கிறது. இதில் ஆறாவது பகுதி பிரகடனம் முடிந்த

பிறகு வரும் பகுதியாகும். இந்தப் பகுதிதான் இந்தப் பிரகடனத்தை ஸ்ரீரங்கம் கோயில் சுவற்றில் ஒட்டவேண்டிய அவசியத்தை எடுத்துச் சொல்கிறது.

வாசிப்பதற்கு ஆர்வமூட்டுவதற்காக ஒவ்வொரு பத்தியையும் கேள்வி - பதிலாக மாற்றியமைத்திருக்கிறேன். கேள்விகள் என்னுடையது. பதில்கள் சின்ன மருதுவினுடையது.

ஜம்புத்தீவுப் பிரகடனம்:

பத்தி 1.

கே: இந்த அறிக்கையை எப்படிப் படிக்க வேண்டும்?

ப: இந்த அறிக்கையைக் கவனமாகப் படிக்க வேண்டும்.

கே: இந்த அறிக்கையை யார் படிக்க வேண்டும்?

ப: இந்த அறிக்கையை யார் படித்தாலும், கவனமாகப் படிக்க வேண்டும்.

பத்தி 2.

கே: இந்தப் பிரகடனம் எந்தப் பகுதியிலுள்ள மக்களுக்காக வெளியிடப்படுகிறது?

ப: ஜம்புத் தீவு அதாவது நாவலந் தீவு மற்றும் ஜம்புத் தீபகற்பத்தில் வசிக்கும் மக்களுக்காக இப்பிரகடனம் வெளியிடப்படுகிறது.

கே: யாருக்கு இந்த பிரகடனம் வெளியிடப்படுகிறது?

ப: இப்பகுதியில் வாழுகின்ற அனைத்து சாதியினருக்கும், நாடுகளுக்கும், பிராமணர்களுக்கும் சத்திரியர்களுக்கும் வைசியர்களுக்கும் சூத்திரர்களுக்கும் முசல்மான்களுக்கும் இந்த அறிவிப்பு தரப்படுகிறது.

[குறிப்பு: இப்பத்தியில் இப்போதுள்ள இந்திய வடபகுதி மாநிலங்களையும் கடல்புரங்களில் அமைந்துள்ள பல்வேறு தீவுகளையும் சேர்ந்த பகுதி ஜம்புத்தீவு எனும் பெயரால் குறிப்பிடப்படுகிறது. அதாவது இன்றைய ஒட்டுமொத்த இந்தியாவையும் அது குறிக்கிறது.]

பத்தி 3.

கே: ஆற்காட்டு நவாப் என்ன செய்தான்?

ப: அவன் முட்டாள்தனமாக ஐரோபியர்களுக்கு நம்மிடையே இடங் கொடுத்து விட்டான். இப்போது அவன் ஆதரவற்றவனாக விதவையைப்போல ஆகிவிட்டான். அவன் ஏமாற்றப்பட்டுவிட்டான்.

கே: ஐரோப்பியன் மக்களை எவ்வாறு கருதுகிறான்?

ப: நாய்களைப்போலக் கருதுகிறான்.

கே: அவர்களுக்கு நவாப் என்ன செய்தான்?

ப: நாட்டை அவர்களது காலடியில் வைத்தான்.

கே: இதனால் மக்களுக்கு ஏற்பட்ட நிலை என்ன?

ப: மக்கள் ஏழைகளாக்கப்பட்டனர்.

கே: அதனால்?

ப: அதனால், அவர்களுக்கான உணவு வெறும் நீராகாரத் தண்ணீர்தான் என ஆகிவிட்டது.

கே: மக்கள் எப்படியிருக்கிறார்கள்?

ப: கஷ்டப்படுகிறோம் என்பதை மக்கள் அறிந்த போதிலும் அதற்கான காரணங்கள் இவைதான் எனும் அறிவு இல்லாதவர்களாக இருக்கிறார்கள்.

கே: இப்படியே வாழ்ந்து விடலாமா?

ப: இப்படி வாழ்வதற்குப் பதிலாக இதை எதிர்த்துச் சாகலாம்.

கே: அப்படிச் செத்தால்?

ப: அப்படிச் செத்தால் அவரது புகழ் சூரிய சந்திரர் உள்ளளவிற்கும் இருக்கும்.

கே: எதிர்த்தால்?

ப: எதிர்த்தால், வெற்றி பெறலாம். நவாப்பிற்கு ஆற்காட்டைக் கொடுக்கலாம். விசயரமணத் திருமலை

நாயக்கருக்கு கர்நாடகத்தையும் தஞ்சாவூரையும் கொடுக்கலாம். மற்றவர்களுக்கு மற்ற சீமைகளைக் கொடுக்கலாம். ஒவ்வொருவருக்கும் பரம்பரைப் பாத்தியதையைக் கொடுக்கலாம்.

கே: ஐரோப்பியர்கள் என்ன செய்யலாம்?

ப: பிழைப்பிற்காக மட்டும் நவாப்பின்கீழ் வேலை பார்க்கலாம்.

கே: நாம்?

ப: ஐரோப்பியர் தலையீடற்ற நவாப்பின் ஆட்சியில் கண்ணீர் சிந்தாமல் வாழலாம்.

பத்தி 4.

கே: ஐரோப்பியர்களை எப்படி ஒழிக்க வேண்டும்?

ப: ஐரோப்பியர்களின் பெயர்கள்கூட எங்கும் இல்லாதவாறு ஒழிக்க வேண்டும்.

கே: பாளையக்காரர்கள் என்ன செய்ய வேண்டும்?

ப: பாளையக்காரர்கள் அனைவரும் ஒன்றுபட்டு ஆயுதங்களுடன் புறப்பட்டு வர வேண்டும். அப்போதுதான் ஏழைகளுக்கும் விமோச்சனம் கிடைக்கும்.

கே: ஐரோப்பிய ஆதரவாளர்களை என்ன செய்ய வேண்டும்?

ப: எச்சில் வாழ்க்கையை விரும்பும் நாய்களைப்போல ஈனப்பிறவிகளின் வார்த்தைகளுக்கு அடிபணிகிற எவரேனும் இருப்பின் அவர்கள் கருவறுக்கப்பட வேண்டும்.

கே: ஐரோப்பியர்கள் என்ன செய்துள்ளார்கள்?

ப: அவர்கள் ஒற்றுமையாக இருந்து தந்திரமாக நமது நாட்டை அடிமைப்படுத்திவிட்டார்கள்.

கே: யாரெல்லாம் போராட்டத்திற்கு வரவேண்டும்?

ப: மீசையுள்ள அனைவரும் ஆயுதம் ஏந்தத்தெரிந்த அனைவரும் வரவேண்டும்.

கே: இது என்ன மாதிரியான சந்தர்ப்பம்?

ப: உங்களின் துணிச்சலைக் காட்ட உங்களுக்கு முதல் சந்தர்ப்பம் இது.

கே: என்ன செய்ய வேண்டும்?

ப: அதைக் கீழே விவரித்துள்ளேன்.

பத்தி 5.

கே: ஐரோப்பியர்களை என்ன செய்ய வேண்டும்?

ப: பார்த்த இடத்தில் அழித்தொழியுங்கள்.

கே: எதுவரை அழிப்பது?

ப: அவர்கள் வேருடன் களையப்படும் வரை அழித்தொழியுங்கள்.

கே: அவர்களிடம் வேலை பார்ப்பவர்களை என்ன செய்வது?

ப: அவர்கள் ஒன்றும் சொர்க்கத்திற்குப் போகப் போவதில்லை. ஆகவே, அவர்களையும் அழித்தொழியுங்கள். இது குறித்து சிந்தியுங்கள். நிதானமாய் யோசியுங்கள்.

கே: இதை ஏற்காதவர்கள்?

ப: இதை ஏற்காதவனின் மீசை எனது மறைவிடத்து மயிருக்குச் சமம்.

[குறிப்பு: இப்பத்தியில் இவ்வாறு சின்ன மருது சொல்வதைத்தான் பல தமிழ் மொழி பெயர்ப்பாளர்கள் மறைக்கின்றனர். அப்படி என்ன சொல்கிறார்? இதை ஏற்காதவனின் மீசை எனது மறைவிடத்து மயிருக்குச் சமம் என்கிறார். இதில் மறைப்பதற்கு என்ன இருக்கிறது? ஐரோப்பிய ஆதரவுக் கைக் கூலிகளின்மீது எவ்வளவு கோபம் இருந்தால் இப்படி ஒரு சொல்லை சின்ன மருது பயன்படுத்தியிருப்பார். அதுமட்டுமல்ல, துரோகிகளின்மீது அவ்வளவு கோபம் சின்ன மருதுவிற்கு இருந்திருக்கிறது. இருக்காதா அவருக்கு? துரோகத்தினால்தானே சிவகங்கைச் சீமையே வீழ்ந்தது. இன்று படங்களை வரைந்துகொள்ளலாம். நாமெல்லாம் ஒரு குலம் என

ஊரை ஏமாற்ற வேடம் போடலாம். ஆனால், மருதுவின் படுகொலைக்கு இவர்கள்தானே காரணம். அதை இல்லையென யாராவது மறுக்க முடியுமா? யார்மீது கோபப்படுகிறார் சின்ன மருது? கொஞ்சம் யோசியுங்கள். மருதுவிற்குச் செய்த துரோகத்திற்கு யாராவது இதுவரை மன்னிப்புக் கேட்டார்களா? மருதுவின் படங்களை தூக்கிப் பிடிப்பதால் மட்டும் வரலாறில் அவர்கள் செய்த துரோகம் மறைந்து போகுமா? இன்னும் சொல்கிறார் சின்னமருது.]

கே: துரோகிகளுக்கு என்ன நடக்கும்?

ப: அவன் சாப்பிடும் சாப்பாடு உப்புச் சப்பில்லாமல் போய்விடும். அவனது மனைவியையும் பிள்ளைகளையும் இன்னொருவன் கொண்டுபோய் விடுவான். இனி, அவனது பிள்ளைகள் ஐரோப்பியர்களுக்குப் பிறந்ததாகும்.

கே: இந்த அறிக்கையைப் படிப்பவர்கள் என்ன செய்ய வேண்டும்?

ப: அதைப் பகிரங்கப்படுத்த வேண்டும். பிரதியெடுத்து மற்றவர்களுக்குக் கொடுக்க வேண்டும். பிரச்சாரம் செய்ய வேண்டும்.

கே: அவ்வாறு செய்ய மறுப்பவர்களுக்கு?

ப: பிரகடனத்தைப் பிரச்சாரம் செய்ய மறுப்பவர்கள், பிராமணர்கள் என்றால் கங்கைக்கரையில் காராம் பசுவைக் கொல்கிற பாவத்துக்கும் இன்னும் பல பாவங்களுக்கும் ஆளாவார்கள். முசுலீம்களென்றால் பன்றியின் ரத்தம் குடித்தவர்களாகக் கருதப்படுவார்கள்.

[குறிப்பு: இப்பத்தியில் பிரகடனத்தைப் பிரச்சாரம் செய்யச் சொல்லும் சின்னமருது யாரிடம் இக்கோரிக்கையை முன்வைக்கிறார். யாரிடம் முன்வைக்க முடியும்? யாரால் இக்கோரிக்கையைச் செய்து தர முடியும்? படித்தவர்களால்தான் செய்து தர முடியும். அப்போது யாரெல்லாம் படித்திருந்தார்கள்? பெரும்பாலும் பிராமணர்களும் சில முசுலீம்களும்தான் படித்திருந்தார்கள். பிராமணர்களுக்கும் முசுலீம்களுக்கும்தான்

இதைக் கூறுகிறார் சின்ன மருது. ஆங்காரமும் ஆத்திரமும் அனல் பறிக்கத் தெறிக்கிறது இந்த எச்சரிக்கையில். இருப்பினும்கூட பிராமணர்களுக்கு இன்னும் தனியாகச் சொல்ல வேண்டும் எனக் கருதி, பிரகடனத்தின் முடிவில் கையெழுத்துப் போட்ட பிறகு அடுத்த பத்தியில் தனியாக எழுதுகிறார்.]

பத்தி 6:

கே: யாருக்கு இந்தக் கோரிக்கை?

ப: ஸ்ரீரங்கத்தில் வாழும் அர்ச்சகர்கள், ஆன்றோர் அனைத்துப் பொதுமக்கள் ஆகியோருக்கு.

கே: கோரிக்கை என்ன?

ப: உங்களுக்கு அரண்மனைகளையும் மண் கோட்டைகளையும் ஆலயங்களையும் தொழுகையிடங்களையும் கட்டிக் கொடுத்தவர்கள் நமது மன்னர்கள். அந்த மன்னர்களின் இப்போதைய நிலை என்ன? மக்களின் இப்போதைய நிலை என்ன? ஏழ்மை. இதை மாற்ற ஏதாவது செய்ய வேண்டாமா? உங்களது பாதங்களில் விழுந்து கேட்கிறேன். உங்களது ஆதரவைத் தாருங்கள்.

[குறிப்பு: இப்பத்தியைப் படிக்கையில் நமக்கே இவ்வளவு ஆத்திரம் வருகிறதே? சின்ன மருதுவிற்கு எப்படியிருந்திருக்கும்? கெஞ்சி, காலில் விழுந்து கேட்டுக்கொண்டார் சின்ன மருது. ஆனால், அதை அவர்கள் காதுகொடுத்துக் கேட்டார்களா? இல்லை. ஐரோப்பியனுக்கு வால் பிடித்தார்கள். வாங்கிக் குடித்தார்கள். காட்டிக் கொடுத்தார்கள். அவர்களின் வாரிசுகள் இன்றும்கூட சிவகங்கையில் சுகமாகத்தான் வாழ்ந்து வருகிறார்கள். இந்தத் துரோகிகளை அன்றே தமிழ் மண்ணிலிருந்து விரட்டி அடித்திருக்க வேண்டும். அந்தக் கடமையைச் செய்யத் தவறியதால்தான் இன்றும் தமிழகத்தை அது வாட்டி வதைக்கிறது. ஜம்புத்தீவுப் பிரகடனமானது தமிழர்கள் செய்யவேண்டிய ஒரு கடமையைச் சுட்டிக் காட்டுகிறது. அந்தக் கடமையை முடிக்கும்வரை ஜம்புத்தீவுப் பிரகடனம் தமிழர்களுக்கு எப்போதும் தேவைப்படுகின்ற பிரகடனமாகவே இருக்கும்.]

சின்னமருதுவின் அரசியல் கண்ணோட்டம் :

அன்றைய காலகட்டத்திற்கான அரசியல் கண்ணோட்டத்தின் வரம்பினை நாமறிவோம். அதனால், இன்றைய காலகட்டத்திற்கான அரசியல் கண்ணோட்டத்தினை அவரிடம் நாம் எதிர்பார்க்க மாட்டோம். சின்னமருது முன்னறிவிக்கக்கூடிய அரசியல் பார்வையையானது நாம் புரிந்து கொள்ளக்கூடிய விசயமே தவிர விவாதத்திற்குள்ளாக்கக்கூடிய விசயமல்ல. இந்திய வரலாற்றில் இவ்வாறு முன்னறிவிக்கக்கூடியவர்கள் இருந்திருக்கின்றனரா என்று தேடினால் அக்காலகட்டத்தில் நாம் அறியக் கிடைக்கும் ஒரே நபர் மாவீரன் திப்புசுல்தான். மிகவும் விரிவாக விளக்கப்பட வேண்டியவைகளாக இவ்விசயங்கள் இருப்பதால் அவற்றைத் தவிர்த்து ஒன்றை மட்டும் குறிப்பிட விரும்புகிறேன்.

சின்னமருது தனது பிரகடனத்தின் இறுதியில் கையொப்பமிடும்போது தன்னை, ‘பேரரசர்களின் ஊழியன்’ என்றே குறிப்பிட்டுக் கொள்கிறார். ஆனால், திப்பு தனது அறிக்கையில் தன்னைக் ‘குடிமகன்’ (CITIZEN) எனக் குறிப்பிட்டுக் கொள்கிறார். காரணம், திப்பு பிரெஞ்சுப் புரட்சி பற்றி அறிவார். ஆயிரக்கணக்கான ஆண்டுகளாக நடைபெற்று வந்த முடியாட்சி முறை வீழ்த்தப்பட்டு பிரான்சில் குடியாட்சி முறை நடைமுறைப்படுத்தப்பட்டுள்ளதை அவர் அறிவார். உலகம் இதுவரை மன்னர்களுக்காகவும், சக்ரவர்த்திகளுக்காகவும் இருந்ததுபோல் இனியும் இருக்காது என்பதை அவர் அறிவார். இந்தியத் துணைக் கண்டத்திலும் முடியாட்சி வீழும் என அவர் நம்பினார். விரும்பினார். அதனாலேயே, தன்னை ‘குடிமகன்’ என அழைத்துக் கொள்கிறார். ‘குடிமகன்’ (CITIZEN) என்பது பிரெஞ்சுப்புரட்சி உலகிற்கு வழங்கிய அடையாளம் அல்லவா!

திப்புவிற்குக் கிடைத்த அளவிற்கான தொடர்புகள் சின்னமருதுவிற்குக் கிடைக்கும் வாய்ப்புகளில்லை. ஆயினும், எட்டாண்டுகால விருப்பாட்சி வாசமும் தீபகற்பக் கூட்டமைப்பு விவகாரங்களும் திப்புவின் அதிகாரிகளுடனான தொடர்பும்

எதிரிகளின் அரசியலை அறிவதற்கான வாய்ப்புகளை அவருக்கு வழங்கத் தொடங்கியிருந்தன. அதற்கான ஆதாரமாக அவரது இந்தப் பிரகடனம் அமைந்துவிடுகிறது.

"ஏகாதிபத்தியங்கள் பிற நாட்டினரை ஏமாற்றினர். அரசுகளை அடிமைப்படுத்தினர். இதனால் மக்கள் துன்பப்பட்டார்கள். இருப்பினும் அத்துன்பத்திற்கான காரணங்களை அறியமாட்டார்கள். இறந்தாலும் சரி, இதை எதிர்க்க வேண்டும். அதுவே புகழ் மிக்கது. இதற்காக பாளையக்காரர் அனைவரும் ஒன்றிணைந்து ஆயுதமேந்த வேண்டும். எதிரிகளையும் அவர்களது ஆதரவாளரையும் அழித்தொழிக்க வேண்டும். இதை ஏற்றுக் கொள்ளும் மக்கள் அனைவரும் ஒன்றுபட வேண்டும்."

ஆக, சின்னமருதுவின் அரசியல் கண்ணோட்டம், "மக்களைத் துன்பப்படுத்தும் அரசிற்கு எதிராக மக்கள் அனைவரும் ஒன்றுபட்டு ஆயுதமேந்தி அழித்தொழிக்க வேண்டும்." என்பதுதான். இதை நாம் ஆதரிக்கிறோம். இதற்கு மாறாக, "மக்கள் துன்பப்பட்டாலும் ஐரோப்பிய அரசாட்சியை ஏற்றுக் கொண்டு அவர்களை ஆதரித்து தாம் அதிகாரம் சொத்து பதவியோடு வாழவேண்டும்" எனும் அரசியல் கண்ணோட்டம் கொண்டுள்ளவர்களும் அப்போது இருந்தனர். அவ்வாறு இருப்பவர்கள் குறித்து நமக்கு ஆட்சேபணையில்லை. ஆனால், அதை நாம் ஆதரிக்கவில்லை.

ஆனால், வரலாற்றுப்பிழையாக, சின்னமருதுவின் அரசியல் கண்ணோட்டத்திற்கு எதிரான அரசியல் கண்ணோட்டம் கொண்டிருந்தவர்களே அப்போது வென்றார்கள். ஆட்சியாளர்கள் ஆனார்கள். இப்போதும் அவர்களே பலவிதமான கட்சிகளின் பெயர்களில் இந்திய ஆட்சியாளர்களாக இருக்கிறார்கள். ஆக, வெற்றியடைவதற்கான நியாயங்களைக் கொண்டிருக்கும் சின்னமருதுவின் பிரகடனம் இன்னும் நிறைவேறவில்லை. அதை நிறைவேற்றும் பொறுப்பு நம்மிடம்தான் உள்ளது. அந்தப் பொறுப்பினை சின்னமருது நம்மிடம்தான் கொடுத்துள்ளார். நாம் அப்பொறுப்பினை நிறைவேற்றிவிடுவோம் எனும் நம்பிக்கையோடுதான் அவர் தூக்கில் தொங்கினார்.

நாம் சின்னமருதுவிற்கு செய்யவேண்டிய கடமை அதுதான். அக்கடமையை நிறைவேற்றும்வரை ஜம்புத்தீவுப் பிரகடனம் உயிரோடுதானிருக்கும்.

★★ ★★ ★★★ ★★

காலம் மாறிவிட்டதா?

பிரகடனத்தின் காலகட்டத்திற்கும் (1801) இப்போதைய காலகட்டத்திற்கும் (2018) இடையில் 216 ஆண்டுகள் கடந்துவிட்டன. இடையில் ஏற்பட்டுள்ள பலவிதமான மாற்றங்களையும் நாமறிவோம். அதனால் காலம் மாறிவிட்டது என்கிறோம். காலம் மாறிவிட்டதா? பார்ப்போம்.

★ ★ ★

1801இல் வெளியிடப்பட்ட இப்பிரகடனமானது சுமார் 216 ஆண்டுகளுக்குப்பிறகு 2018-க்குப் பொருத்திப் பார்க்க முடியுமா? முடியாது. அவ்வாறு பொருத்திப் பார்ப்பது வலிந்து இட்டுக்கட்டிப் பொருத்துவதுதான் எனச் சிலர் கருதலாம். அப்படிக் கருதினால் அது தவறு. 1801இல் மருது சகோதரர்களின் எதிர்ப்பிற்கான அதே அரசியல் காரணிகளும் காரணங்களும் காரியங்களும் 2018டிலும் நிலவினால், 1801க்கும் 2018க்கும் அதிக வித்தியாசம் இருக்குமா? எனவே அன்றையும் இன்றையும் பிரகடனத்தின்படி ஒவ்வொன்றாகப் பொருத்திப் பார்ப்போம்.

துரோகம்: அன்றும் இன்றும்

முதலில் துரோகம். துரோகத்தினால்தானே மருதுவின் சிவகங்கைச் சீமை வீழ்த்தப்பட்டது. பழைய வரலாறுகளில் நாம் காணுகின்ற துரோகங்களினால் பாதிக்கப்பட்டவர்கள் (அவர்களது வாரிசுகள்) அதற்காக இப்போது அத்துரோகிகளை (அவர்களது வாரிசுகளை)ப் பழி வாங்க வேண்டும் என்பதை ஏற்றுக்கொள்ள முடியுமா? முடியாது. ஏன்? காலம் மாறிவிட்டது என்கிறோம். இது உண்மையா? காலம் மாறிவிட்டதா?

அன்றைய காலனியாதிக்கக் கட்டத்தில் துரோகிகள்? இன்றைய மறுகாலனியாதிக்கக் கட்டத்தில் துரோகிகள்? கால மாற்றம் இதில் என்ன செய்திருக்கிறது?

அன்று

அன்றைய காலத்தில் துரோகிகளாக இருந்தவர்கள் யாரும் வேற்று நாட்டவர்கள் அல்லர். ஆற்காட்டு நவாபு, எட்டயபுரம் ஜமீந்தார், புதுக்கோட்டை பாளையக்காரர் போன்ற எல்லோரும் உள்நாட்டவர்கள்தான். அவர்கள் யாரும் மக்களால் தேர்ந்தெடுக்கப்படாதவர்கள்தான். ஆனால், ஆட்சியாளர்கள் துரோகிகளாக மாறுவதை அல்லது துரோகிகளாகவே இருப்பதை மக்களின் தேர்ந்தெடுப்பு எனும் காரியம் தடுத்துவிடுவதில்லை? பிரச்சனை என்னவென்றால், இன்றைய காலத்தில் அப்படி யாராவது துரோகிகள் இருப்பார்கள் என்று நாம் யோசித்திருக்கிறோமா? என்பதுதான்.

இன்று

இப்போது துரோகிகளாக இருப்பவர்களைப் பற்றி நாமென்ன கருதுகிறோம்? முதலில் இப்போதும் துரோகிகள் இருக்கிறார்கள் என்பதையாவது எண்ணியிருக்கிறோமா? 1947இல் நாடு விடுதலையடைந்து விட்டதாக நம்புகிறோம். நாமே ஓட்டுப் போடுகிறோம். நாமே ஆட்சியாளர்களைத் தேர்ந்தெடுக்கிறோம். அதனால், இன்றைய காலத்தில், இன்றைய நாட்டில், அன்றைய காலத்தில் இருந்ததுபோல, துரோகிகள் இருக்க முடியாது என்றும் நம்புகிறோம். இன்றைய கால துரோகிகள் யார்? ஆதாரங்களோடு தெரிந்து கொள்ள, ஜான் பெர்க்கின்ஸ் எழுதியுள்ள 'ஒரு பொருளாதார அடியாளின் ஒப்புதல் வாக்குமூலம்' படியுங்கள். இந்தியாவிலுள்ள பொருளாதார அடியாட்கள் யார்? என யோசியுங்கள். ஆனால், இவற்றை அறியாமல் நாம் காலம் மாறிவிட்டது என்கிறோம். காலம் மாறிவிட்டதா?

அடிமைப்படுத்துதலும் சுரண்டலும்: அன்றும் இன்றும்

அன்றைய காலனியாதிக்கக் கட்டத்தில் ஏகாதிபத்தியங்கள் பிற நாடுகளை எப்படி அடிமைப் படுத்தின? இன்றைய மறுகாலனியாதிக்கக் கட்டத்தில் ஏகாதிபத்தியங்கள் பிற நாடுகளை எப்படி அடிமைப்படுத்துகின்றன? கால மாற்றம் இதில் என்ன செய்திருக்கிறது?

அன்று

அன்று ஏகாதிபத்தியங்கள் பிற நாடுகளை அடிமைப்படுத்துவதற்காகப் படைகளைத் திரட்டின. போர் தொடுத்தன. தோல்வியடைந்த நாடுகளைக் கைப்பற்றின. கொள்ளையடித்தன. தொடக்கத்தில் இந்தியாவில் இஸ்லாமியர்களின் படையெடுப்பெல்லாம் அப்படித்தான் நடந்தது. ஆனால், அதன்பின்னர், இந்தியா மட்டும்தான் நேரடியான போர் வழியாக உள்ளே நுழையாத எதிரிகளால் அடிமைப்படுத்தப்பட்டது. இந்தியாவிற்குள் நுழைந்த ஐரோப்பியர்கள் நாடு பிடிப்பதற்காகத் திட்டமிட்டு வந்தவர்கள் அல்லர். வியாபாரம் செய்ய வந்த வியாபாரிகள். பாதுகாப்பிற்காக வாடகைக்குப் படைகளைக் கூட்டி வந்தவர்கள். அவர்கள் ஏன் நாட்டைப் பிடித்தார்கள்? ஆட்சியதிகாரத்தையும் கடனையும் வைத்திருந்த ஆற்காட்டு நவாப் இருந்த சூழலைக் கம்பெனி வியாபாரிகள் புரிந்து கொண்டனர். பாளையக்காரர்களைத் தமது கட்டுக்குள் கொண்டு வந்துவிட்டால் இந்தப் பிராந்தியத்தைப் பிடித்து விடலாம் எனும் திடமான நம்பிக்கையோடு நவாப்பிடமிருந்து வரி வசூலிக்கும் உரிமையைக் கைப்பற்றினர். அந்த உரிமையைத் தனக்கான வானளாவிய அதிகாரமாக வைத்துக் கொண்டு தமிழகத்தில் களமிறங்கினர். தங்களோடு ஒத்துழைத்த பாளையக்காரர்களின் படையையும் துணைக்கு வைத்துக் கொண்டனர். தங்களை எதிர்த்த சுயமரியாதையுள்ள பிற பாளையக்காரர்களிடம் மோதினர். ஆயிரக்கணக்கான பேரைப் படுகொலை செய்தனர். இறுதியாக நாட்டைப் பிடித்தனர்.

இன்று

காலங்கள் மாறிவிட்டதாக நாம் கருதும் இக்கால கட்டத்தில் ஏகாதிபத்தியங்கள் பிற நாடுகளை எப்படி அடிமைப்படுத்துகின்றன? புதிதாக அடிமைப்படுத்த வேண்டிய அவசியங்கள் இப்போது இல்லை. பழைய அடிமைத் தொடர்புகள் இன்னும் அப்படியே நீடித்துக்கொண்டுதான் இருக்கின்றன. இருப்பினும், இன்று நாடுகளை அடிமைப்படுத்த ஆயுதங்களை, படைகளை, பீரங்கிகளைப் பயன்படுத்தத்

தேவையில்லை எனும் நிலைமையினை ஏகாதிபத்தியங்கள் உருவாக்கியிருக்கின்றன.

எந்த நாட்டினைச் சுரண்டப் போகிறார்களோ, அந்த நாட்டுடன் அவர்கள் நட்பு பாராட்டுவார்கள். புகழ்வார்கள். ஐக்கிய நாடுகள் சபை, உலக வங்கி, உலக வர்த்தகக் கழகம், சர்வதேச நிதி ஆணையம், காமன்வெல்த், ஆசியாட், காட், காட்ஸ், போன்ற தாங்கள் அமைத்துள்ள ஏராளமான சதி வளையங்களுக்குள் அந்நாடுகளைக் கொண்டு வருவார்கள். பின்னர் அந்நாடுகளுக்கு உதவி எனும் பெயரில் கடன் வழங்குவார்கள். அந்தக் கடன்களுக்காக ஒப்பந்தங்களைப் போடுவார்கள். அந்த ஒப்பந்தங்களில் தங்களுக்குத் தேவையான நிபந்தனைகளை விதிப்பார்கள். அந்நாட்டின் வளங்களையெல்லாம் அள்ளிக்கொண்டு போவார்கள். இதற்காக ஆட்சியாளர்கள் வர்த்தக ஒப்பந்தம் செய்வதற்கான பயணம் எனும் பேரில் உலக நாடுகளிடம் நாட்டைத் துண்டு துண்டாக அடகு வைக்கப்போவார்கள்.

இந்தியாவுடன் அமெரிக்கா, ஜப்பான், இங்கிலாந்து, ரஷ்யா, போன்ற நாடுகள் அப்படித்தான் ஒப்பந்தங்களைப் போட்டிருக்கின்றன. இங்கிருந்து அள்ளிக்கொண்டு போகின்றன. அன்று ஒரு இங்கிலாந்து மட்டும் செய்தது. இன்று பல நாடுகள் செய்கின்றன. இப்போது சொல்லுங்கள், காலம் மாறிவிட்டதா?

பன்னாட்டு நிறுவனங்கள், தேசங் கடந்த தொழிற் கழகங்கள், கார்ப்ரேட் கம்பெனிகள் எனும் பல பெயர்களில் நேரடியாக தொழில் தொடங்க வருவதாக ஒப்பந்தம் போடுவார்கள். அதற்கான சலுகைகளை வலியுறுத்துவார்கள். அந்நாட்டின் வளங்களையெல்லாம் அள்ளிக்கொண்டு போவார்கள். அன்று கிழக்கிந்தியக் கம்பெனி உள்ளிட்ட பல கம்பெனிகள் எவ்வாறு வந்தனவோ, அதேபோலத்தான் இன்றும் பல பன்னாட்டுக் கம்பெனிகள் புதிதுபுதிதாக வந்திருக்கின்றன. இங்கிருந்து அள்ளிக்கொண்டு போகின்றன. சுரண்டுகின்றன. இது இன்னொரு பக்கம். ஆகவே 1700 கால கட்டச் சுரண்டல் இப்போதும்தான் இருக்கிறது. என்ன, புதிய வடிவத்தில்

இருக்கிறது. 1800களிலே ஒரு கிழக்கிந்தியக் கம்பெனியால் இந்திய நாட்டைப் பிடிக்க முடியும் எனும்போது 2000த்தில் பல கார்ப்பரேட் கம்பெனிகளால் இந்திய நாட்டைப் பிடித்திருக்க முடியாதா? பிடித்து விட்டார்கள். வழிமுறைகள்தான் மாறியிருக்கின்றன. இப்போது சொல்லுங்கள், காலம் மாறிவிட்டதா?

ஆட்சியாளர்: அன்றும் இன்றும்

அன்றைய ஆட்சியாளர் எப்படியிருந்தார்? இன்றைய ஆட்சியாளர் எப்படியிருக்கிறார்? கால மாற்றம் இதில் என்ன செய்திருக்கிறது?

அன்று

அன்று ஆட்சி செய்த நவாப் என்ன செய்தான்? ஊதாரித்தனமாகச் செலவழித்தான். வியாபாரத்திற்கு வந்த வெளிநாட்டு வியாபாரிகளிடம் கடன் வாங்கினான். வட்டி கட்டினான். வட்டி கட்ட முடியாதபோது மக்களுக்கு வரிச்சுமையை அதிகப்படுத்தினான். அதைக் கடுமையாக வசூலித்தான். அதற்காக தன்னுடைய படைகள் போதாதென்று புதுக்கோட்டை ஜமீன், கிழக்கிந்தியக் கம்பெனிப்படைகளைக் கூலிக்கு அமர்த்தினான். படை பலத்தை அதிகரித்தான். அதிகரிக்கப்பட்ட படை பட்டாளத்திற்குச் சம்பளமும் கூலியும் கொடுக்கமுடியாமல் தவித்தான். இதனால் கடனும் அதிகரித்தது. கடைசியில் வரி வசூலிக்கும் உரிமையைக் கம்பெனியிடம் ஒப்படைத்தான். இதிலென்ன சிறப்பு என்றால், அன்று தனக்கென வாங்கினாலும் நாட்டிற்காக வாங்கினாலும் நவாப் வாங்கிய கடனுக்கு நவாப்தான் பொறுப்பு.

இன்று

இன்று ஆட்சியாளர்கள் எப்படியிருக்கிறார்கள்? வளர்ந்த நாடுகளிடமிருந்து, அதாவது ஏகாதிபத்தியங்களிடமிருந்து நிதியுதவி பெறுவதற்காக சொந்த நாடுகளின் இறையாண்மையை அடகு வைக்கிறார்கள். நாட்டையே அடிமையாக்கும் காட், காட்ஸ் ஒப்பந்தங்களில் இந்தியாவை இணைத்துக்கொள்வது

குறித்து இந்திய ஆட்சியாளர்கள், இந்திய மக்களிடம் கருத்துக் கேட்டார்களா? அரைமணி நேரத்திற்கு முன்பாக பல பக்கங்களை வெள்ளைத்தாள்களாக வைத்து அதுதான் ஒப்பந்தம் எனப் பொய் சொல்லி பாராளுமன்றத்திலிருந்த அதிகப் பெரும்பான்மையைப் பயன்படுத்தி 'காட்' ஒப்பந்தத்தை நிறைவேற்றினார்களே! இது என்ன செயல்? இந்திய இறையாண்மையை (அப்படி ஒன்று இருந்தால்) அடகு வைக்கும் செயல்தானே! இந்தியப் 'பட்ஜெட்டை'டை, அமெரிக்க உலக வங்கியின் பார்வைக்கு வைத்து ஒப்புதல் வாங்குகிறார்களே, இது இந்திய இறையாண்மையை அடகு வைக்கும் செயலல்லாமல் வேறென்ன?

இதைத்தானே, "ஐரோப்பியர்களின் போலி வேடத்தை அறியாமல் முன்யோசனையின்றி உங்கள் அரசை அவர்களின் காலடியில் வைத்தீர்கள்" என ஆற்காட்டு நவாப்பை நோக்கி சின்னமருது சொல்கிறார்? ஆற்காட்டு நவாபு வேண்டுமானால் போலி வேடத்தை அறியாமல் முட்டாள்தனமாக முன்யோசனையின்றி இருந்திருக்கலாம். ஆனால், பொருளாதார மேதைகள் எனப் புகழப்படுகின்ற, மன்மோகன்சிங்கும் ப.சிதம்பரமும், மாண்டேக் சிங் அலுவாலியாவும் அருண்ஷோரியும் மோடியும் இன்றைய பி.ஜே.பி அரசும் முன்யோசனையில்லாத முட்டாள்களா என்ன? ஆற்காட்டு நவாபின் செயலுக்கும் இந்த ஆட்சியாளர்களின் செயல்களுக்கும் என்ன வேறுபாடு? இந்திய அரசைப் பன்னாட்டு நிறுவனங்கள் மற்றும் ஏகாதிபத்தியங்களின் காலடியில் அடகு வைத்திருக்கிறார்களா, இல்லையா? ஆக, அன்றைய ஆட்சியாளர் போன்றே இன்றைய ஆட்சியாளர்களும் உள்ளனரா? இல்லையா?. இப்போது சொல்லுங்கள், காலம் மாறிவிட்டதா?

ஏகாதிபத்தியங்கள் நாட்டைச் சுரண்டும்போது இந்த ஒப்பந்தங்கள்; திட்டங்கள்; கடனுதவிகள்; நிதியுதவிகள், எல்லாவற்றிற்கும் குறிப்பிட்ட, தரம் வாரியாக, அந்தந்த நாடுகளின் அப்போதைய ஆட்சியாளர்களுக்கும் அவர்களுக்குப் பின்னால் வரும் ஆட்சியாளர்களுக்கும் கட்டாயமாகக் 'கமிசன்' கொடுத்து விடுகிறார்கள். 'எங்களிடம் கடன் வாங்கினால் கமிசன் தருவோம்' எனும் அடிப்படையில்தான் ஏகாதிபத்தியங்கள் நிதிகளை வழங்கி வருகின்றன.

இதற்காகத்தான் உலகச் சுற்றுப் பயணங்கள்; முதலீட்டாளர்களை ஈர்ப்பதற்கான மாநாடுகள்; கலாச்சாரப் பரிமாற்றங்கள், போன்றவைகள் நடக்கின்றன. அன்றைய காலத்தில் ஆற்காட்டு நவாபு கடனும் கமிசனும் வாங்கினான். இன்றைய காலத்தில் மூன்றாம் உலக நாடுகளின் ஆட்சியாளர்கள் கடனும் கமிசனும் வாங்குகிறார்கள். அதாவது, தேர்தல் முறையின் மூலமாக மக்களால் தேர்ந்தெடுக்கப்பட்ட மக்கள் பிரதிநிதிகள் அதாவது, பிரதம மந்திரிகள், முதலமைச்சர்கள், மத்திய, மாநில அமைச்சர்கள், உயர் அதிகாரிகள் எனப்படுபவர்கள் கடனுக்கும் கமிசனுக்கும் தெரு நாய்களைப் போலச் சுற்றி வருகிறார்கள். இப்போது சொல்லுங்கள், காலம் மாறிவிட்டதா?

இதிலென்ன சிறப்பு என்றால், அன்று தனக்கென வாங்கினாலும் நாட்டிற்காக வாங்கினாலும் நவாப் வாங்கிய கமிசனுக்கும் கடனுக்கும் நவாப்தான் பொறுப்பு. இன்றோ ஆட்சியாளர்கள் வாங்கும் கமிசனுக்கு மட்டும்தான் அவர்கள்தான் பொறுப்பு. கடனுக்கு நாட்டு மக்கள்தான் பொறுப்பு.

மக்கள் வாழ் நிலை: அன்றும் இன்றும்

அன்று மக்களின் வாழ் நிலை எப்படியிருந்தது? இன்று மக்களின் வாழ் நிலை எப்படியிருக்கிறது? கால மாற்றம் இதில் என்ன செய்திருக்கிறது?

அன்று

அன்று மக்களின் வாழ் நிலை பற்றி சின்ன மருது என்ன சொல்கிறார்?. "மக்கள் ஏழைகளானார்கள். அவர்களின் உணவு தண்ணீர்தான் என ஆகிவிட்டது" என்கிறார்.

இன்று

இன்றைய இந்திய, தமிழக மக்களின் வாழ் நிலை என்ன? அதுதானே. இன்றைய இந்திய, தமிழகக் குடிமகனின் தனிமனித வருமானப் புள்ளி விவரங்கள் எதைக் காட்டுகின்றன? வேலை வாய்ப்புப் புள்ளி விவரங்கள் என்ன சொல்கின்றன?

வேலையில்லை. வருமானமில்லை. வசிக்க இடமில்லை. உண்ண உணவில்லை. குடிக்க நீருமில்லை. அக்கால மக்களுக்கு சின்னமருதுவாவது தண்ணீருக்கேனும் உத்திரவாதம் தருகிறார். ஆனால், இக்கால மக்களின் குறிப்பாக விவசாயிகளின் நிலை என்ன? குடிக்கவும் தண்ணீரில்லையே. அதுவும் காசாகிவிட்டதே. இதைத்தானே சின்னமருதுவும் சொல்கிறார். ஆக, மக்களுக்கு வறுமையும் ஏழ்மையும் அன்றும் இருந்தது. இன்றும் இருக்கிறது. இப்போது சொல்லுங்கள், காலம் மாறிவிட்டதா?

உள்நாட்டுப்போர்: அன்றும் இன்றும்

தங்களை எதிர்க்கும் உள்நாட்டு மக்களை ஒடுக்கும் போரையே உள்நாட்டுப் போர் என்கிறோம். அன்று உள்நாட்டுப் போர்கள் எப்படி நடந்தன? இன்று உள்நாட்டுப் போர்கள் எப்படி நடக்கின்றன? கால மாற்றம் இதில் என்ன செய்திருக்கிறது?

அன்று

அன்று கம்பெனியை ஆதரித்த பாளையக்காரர்களது படைகள் என்ன செய்து கொண்டிருந்தன? சிவகங்கையில் என்ன நடந்தது? நவாப்பின் படை மற்றும் கம்பெனியின் படை இவற்றிற்குத் துணையாக புதுக்கோட்டை ஜமீனின் படை வந்தது. மூன்று படைகளும் சேர்ந்துதானே ஏகாதிபத்திய எதிர்ப்புப் போராளிகளான மருது சகோதரர்களைக் கொன்றன.

இன்று

இன்றும், அன்றைய காலத்தில் உள்ளதுபோலவே உள்நாட்டு மக்கள்மீது போர்தான் நடத்திக் கொண்டிருக்கிறார்கள். நாட்டிற்கு விரோதமான ஒப்பந்தங்கள் போடப்படும்போதெல்லாம் அதை எதிர்த்துப் போராடுகின்ற உள்நாட்டு மக்களை ஒடுக்கத்தான் செய்கிறார்கள்.

இன்றும் அதேபோலத்தான், போலீசு, ராணுவங்கள் மூலமாக ஏகாதிபத்தியங்களுக்கு எதிராகப் போராடுகின்ற உள்நாட்டு மக்களைக் கொல்கின்றன, ஒடுக்குகின்றன. விரைவில் அவர்களுக்குத் துணைக்கு வருவதற்குத்தான் சென்னைக்

கடலிலேயே 'நிமிட்ஸ்' கப்பலில் அமரிக்க, ஜப்பான் ராணுவங்களால் பயிற்சி பெறுவது எனும் பெயரில் அருகிலேயே வைத்துக் கொண்டிருக்கின்றன. குடிநீர், சாலை வசதி, கேட்டுப்போராடினாலும்கூட அவர்கள் வந்துதான் காட்டுமிராண்டித்தனமாக அடிக்கிறார்கள். இப்போது சொல்லுங்கள், காலம் மாறிவிட்டதா?

போலீசாரும் ராணுவத்தினரும்: அன்றும் இன்றும்

அன்று மக்களை ஒடுக்குவதற்காக ஆட்சியாளர்கள் வைத்திருந்த போலீசிலும் இராணுவத்திலும் யார் வேலை பார்த்தார்கள்? இன்று மக்களை ஒடுக்குவதற்காக ஆட்சியாளர்கள் வைத்திருக்கும் போலீசிலும் இராணுவத்திலும் யார் வேலை பார்க்கிறார்கள்? கால மாற்றம் இதில் என்ன செய்திருக்கிறது?

அன்று

நவாப்பின் படையிலும் புதுக்கோட்டைப் படையிலும் ஏன் ஆங்கிலேயப்படைகளிலும்கூட ஆங்கிலேயர்களா வேலை பார்த்தார்கள்? இல்லை. ஆங்கிலேயப் படையினில் சில அதிகாரிகளையும் சிப்பாய்களையும் தவிர மற்றபடி எல்லாப் படைகளிலும் உள்ளூர் ஆட்கள்தான் வேலை பார்த்தார்கள். சின்னமருதுவின் தொடையில் சுட்டவன் யார்? ஆங்கிலேயனா? சிவகங்கைக் குடிமகனா?

இன்று

இன்று நகரப் போலீசு, தாலுகாப் போலீசு, மத்திய ரிசர்வு போலீசு, எல்லைப்புறப் போலீசு, துணை ராணுவம் எனப் பல்வேறு பெயர்களில் அழைக்கப்படுகின்ற பல்வேறு இந்திய தமிழகப் போலீசு மற்றும் ராணுவங்களிலும் வேலை செய்பவர்கள் தமிழக, இந்திய ஆட்கள்தான். அவர்கள் மூலமாகத்தான் மக்களின் போராட்டங்கள் ஒடுக்கப்படுகின்றன.

சுயநிர்ணய உரிமைக்காகப் போராடுகின்ற தேசிய இனப்போராட்டங்கள் முதல் ரேசன்கடையில் ஒழுங்காக மண்ணெண்ணெய் ஊத்து எனக்கோரும் அடிப்படை வசதிக்கான போராட்டம் வரையிலும் அதில் ஈடுபடும் மக்களை அடித்து

நொறுக்கும் ராணுவத்திலும் போலீசிலும் சிங்களர்களா வேலை பார்க்கிறார்கள்? இல்லையே, உள்ளூர் ஆட்கள்தானே வேலை பார்க்கிறார்கள்.

அன்று நம்மை அடித்தவனும் நம்மாள்தான். இன்று நம்மை அடிப்பவனும் நம்மாள்தான். நாளை நம்மை அடிக்கப்போகிறவனும் நம்மாள்தான். இப்போது சொல்லுங்கள், காலம் மாறிவிட்டதா?

மக்களின் அறிவு: அன்றும் இன்றும்

அன்று மக்களின் அறிவு எப்படி இருந்தது? இன்று மக்களின் அறிவு எப்படி இருக்கின்றது? கால மாற்றம் இதில் என்ன செய்திருக்கிறது?

அன்று

சின்னமருது சொல்கிறார், "அவர்கள் இவ்வாறு இன்னலுறுவது வெளிப்படையாகத் தெரிந்தாலும் அதன் காரணங்கள் இவை என்னும் அறிவு இல்லாதவர்களாயுள்ளனர்."

ஆம், மக்கள் மன்னர்களைத் தெய்வங்களாகப் பார்த்தனர். அவர்கள் சொல்வதையும் செய்வதையும் யாரும் எதிர்க்க முடியாது என நினைத்தனர். நல்லது நடந்தால் அது மன்னரால்; கெட்டது நடந்தால் அது நமது தலையெழுத்து என்றே கருதினர். தங்களது வறுமைக்கும் ஏழ்மை நிலைக்கும் காரணமாக இருப்பது அரசின் கொள்கைகள்தான் என்பதை அவர்கள் அறிந்திருக்கவில்லை. துன்பங்களைச் சகித்துக் கொண்டனர். உழைப்பிலேயே சிக்கிக் கிடந்தனர்.

சரி, இன்றைய காலகட்டத்தில் மக்கள் எவ்வாறு இருக்கிறார்கள்? சற்று விரிவாகவே பார்ப்போம்.

இந்திய நாட்டின் ஆறு, கடல், கனிமம், காடு, நிலம், மலை, ஆகிய இயற்கை வளங்களெல்லாம் வெட்டியெடுக்கப்படுகின்றன; அரசு அலுவலகங்களில் லஞ்சம் தலைவிரித்தாடுகிறது; அரசு அதிகாரிகளின் ஊழல் கொடிகட்டிப் பறக்கிறது; நீதிமன்றங்கள் விலைக்கு வாங்கப்பட்டுவிட்டன; கல்வியும் மருத்துவமும் முழுநேர வியாபாரமாகிவிட்டது; வரிப்பணம் கொள்ளையடிக்கப்படுகின்றது;

ஊதாரித்தனமான செலவினங்களுக்காக வெளிநாடுகளில் கடன் வாங்கப்படுகிறது; மானியங்கள் நிறுத்தப்பட்டுவிட்டன. விவசாயமும் தொழில்துறையும் அழிக்கப்பட்டுள்ளன; இவையெல்லாம் இந்திய மக்களுக்குத் தெரியாதா? இதனால்தான் நாம் துன்பப்படுகிறோம் என்பது தெரியாதா? தெரியும். அனைவருக்கும் தெரியும். சின்னமருது சொல்வதுபோல வெளிப்படையாகவே எல்லோருக்கும் தெரியும்.

ஆனால், அதற்கான காரணங்கள் இந்திய மக்களுக்குத் தெரியுமா? தெரியாது. சின்னமருது சொல்வதுபோலவே துன்பங்களுக்கான காரணங்கள் பற்றிய அறிவு இன்றைய இந்திய மக்களுக்கும் இல்லை. இந்திய மக்கள் இதற்கான காரணங்களாக எதை எண்ணிக் கொண்டிருக்கிறார்கள்? தலையெழுத்து, விதிவசம், கிரகக்கோளாறு என்று நினைத்துக் கொண்டிருக்கிறார்களா? அல்லது சில ஆட்சியாளர்களும் அரசியல்வாதிகளும் மோசமானவர்கள் என நினைத்துக் கொண்டிருக்கிறார்களா? நீங்கள் என்ன நினைக்கிறீர்கள்?

மனிதனின் சமூக, பொருளாதார வாழ்க்கை நிலையை அரசுதான் தீர்மானிக்கிறது என்பதை நீங்கள் அறிந்திருக்கிறீர்களா? இல்லை, கிரகங்கள், கோயிலிலுள்ள சிலைகள், ஜாதகக் கட்டங்கள், சகுனங்கள், தியானங்கள், யோகப் பயிற்சிகள், நித்தியானந்தம், செவ்வாடை, கால நேரங்கள், விரதம், நேர்த்திக்கடன், கணபதி ஹோமம், தெவசம், யாகம், பிரதோஷம், கும்பாபிஷேகம், விளக்குபூசை போன்றவைகள்தான் தீர்மானம் செய்கின்றன என நினைக்கிறீர்களா?

மக்கள் தங்களின் துன்பங்களுக்கான காரணங்கள் எது என்பது குறித்த அறிவு இருந்திருந்தால், ஊழல் செய்து, தண்டனைபெற்றுச் சிறை சென்றவர்களையும் அம்பலப்பட்டுப்போன மத வெறியர்களையும் மீண்டும் அதிகாரத்தில் அமர வைப்பார்களா? வரி போடுகிறான்; விலைவாசியை உயர்த்துகிறான்; ரேசன் கடையை மூடுகிறான்; எனக் கதறுகின்ற மக்கள், பன்னாட்டுக் கம்பெனிகளின் காலை நக்குபவர்களை ஆட்சி செய்ய

அனுமதிப்பார்களா? லஞ்சம் வாங்கும் அதிகாரிகளை ஊருக்குள் குடியிருக்க அனுமதிப்பார்களா?

இந்திய நாட்டு மக்களின் துன்பமான நிலைமைகளுக்கு, அதாவது விலைவாசி உயர்வு, ஊதியப் பற்றாக்குறை, வேலையின்மை, கடன்கிடைக்காமை, மேற்படிப்பு கிடைக்காமை, அதிகமான கல்வி, மருத்துவச் செலவுகள் போன்ற அனைத்துத் துன்ப துயரங்களுக்கும் நாட்டை ஆளுகின்ற மத்திய மாநில அரசுகளின் கொள்கைகளும் செயல்பாடுகளும்தான் காரணம் என்பதை மக்கள் அறிந்திருக்கிறார்களா? இல்லை.

இதைத்தான் சின்னமருதுவும் அக்காலத்திய மக்களைக் குறித்துச் சொல்லும்போது சொன்னார். ஆக, அரசியல் குறித்த எண்ணங்களிலும் மக்கள் மாறவில்லை. இப்போது சொல்லுங்கள், காலம் மாறிவிட்டதா?

இல்லை. இல்லை. இல்லை.

1801 காலகட்டத்தில் இந்தியா ஒரு கிழக்கிந்தியக் கம்பெனியின் வழியாக இங்கிலாந்திற்குக் காலனியாக இருந்தது. 2017 கால கட்டத்தில் இந்தியா பல பன்னாட்டுக் கம்பெனிகளின் வழியாக பலநாடுகளுக்கு மறுகாலனியாக இருக்கிறது. இதுதான் வித்தியாசம்.

1801இல் சின்னமருது வெளியிட்ட பிரகடனம் 2017ன் அரசியல் நிலைமைகளுக்குப் பொருந்துவதை இதுவரை பார்த்தோம். இனி, இறுதியாக மிஞ்சுவது ஒரு விசயம்தான். அது இப்பிரச்சனைக்காக தீர்வு.

இதைப் போக்க என்ன செய்யலாம் என, சின்னமருது கருதுகிறார்? அவர் கூறும் வழி அல்லது தீர்வு ஒன்றே ஒன்றுதான். "எங்கெல்லாம் அந்த இழிபிறவிகளைப் பார்க்க நேர்கிறதோ அங்கேயே அவர்களை அழித்தொழியுங்கள்". அதுமட்டுமல்ல, அவர்களை ஆதரிப்பவர்களையும் அழித்தொழியுங்கள். இதுதான் கிழக்கிந்தியக் கம்பெனியை விரட்ட ஒரே வழி என்கிறார். அன்று சின்னமருதுவிற்கு அதுதான் வழி. அந்த வழியில்தான் அவர் சென்றார். துப்பாக்கிகள் வைத்திருந்தவர்களை துப்பாக்கிகளோடு

சந்தித்தார் சின்னமருது. அந்த வழியில் அவரால் வெற்றி பெற முடியவில்லை என்பது உண்மைதான். ஆனால், அதற்கான காரணம் அவரது வழிமுறை தவறு என்பதால் அல்ல. அவர் துரோகத்தினால் வீழ்த்தப்பட்டார் என்பதால்தான்.

ஆனால், இன்று கார்ப்பரேட் கம்பெனிகளை விரட்ட நமக்கு என்ன வழி? சின்னமருதுவின் வழியில் செல்லலாமா? செல்லலாம்தான். சின்னமருதுவைத் தூக்கிப்பிடிப்பவர்கள் அப்படித்தான் செய்யவும் வேண்டும். செய்யத் தயாரா? சின்னமருதுவின் அழித்தொழிப்பு என்பது அரசியல் அழித்தொழிப்பு. அது ஏதோ ஒரு கம்பெனியை விரட்டுகின்ற வேலை அல்ல. மனிதர்களைக் கொன்று குவிக்கின்ற வேலையுமல்ல. மாறாக, அது ஏகாதிபத்தியத்திற்கு எதிரான சுயமரியாதைப்போர். பறிக்கப்பட்ட அரசியல் அதிகாரத்தை மீட்டெடுக்கும் போர். மக்களின் எதிரிகளை அப்புறப்படுத்தும் வேலை. அதைச் செய்வதற்கு மக்கள் தயாராகவேண்டும். சின்ன மருது வெற்றி பெறுவதற்கு அன்று என்னென்ன செய்திருக்க வேண்டும் என்பது குறித்த இன்றைய நமது யோசனைகளெல்லாம் நாளைய நமது வெற்றிக்கான திட்டங்களாக அமையக்கூடியவையே. எனவே, திட்டமிடுங்கள். ஜம்புத்தீவுப் பிரகடனம் 2017க்குக் காட்டும் வழி இதுதான், காலம் மாறவில்லை. சின்ன மருதுவின் பிரகடனமும் காலாவதியாகவில்லை.

சம்புத் தீவு பிரகடனமும் (அரசியலும்)

- உறவு பாலசுப்பிரமணியம்
(மார்க்சிய சிந்தனையாளர்)

மருதுபாண்டியர்கள் வெளியிட்ட சம்புத்தீவு பிரகடனம் காலனியாதிக்கத்தை எதிர்த்து விடுதலையை இலக்காக கொண்டு விடுக்கப்பட்ட ஒன்று இப்படியான பிரகடனத்தை வெளியிட வேண்டிய அரசியல் சூழல் அதன் பின்புலத்தை சாரமாக பார்போம்.

ஐரோப்பாவிலிருந்து பல வணிகத்திற்காக வந்தனர். அவர்கள் வரும் நிலையில் முகலாயப் பேரரசு, விசயநகரப் பேரரசு, மராட்டிய பேரரசு வீழ்ச்சியை எதிர்கொண்டு இருந்த காலம் ஆகும்.

விசயநகரப் பேரரசின் தனிச் சிறு அலகாக உருவாக்கப்பட்டது தான் பாளையம் என்பது இதை சோழர்கள், பாண்டியர்கள் முன்வைத்து நாடு என்பதோடு ஒப்பிடத்தக்கது. ஒரு நாடு என்பது இருபது, இருபத்தி ஐந்து கிராமங்களை கொண்டது. ஒரு கிராமம் என்பது சாதியப்படி நிலையில் பதினெட்டு தொழில்கள் செய்யும் பலரும் இருந்தால் மட்டுமெ அது ஒரு கிராமம் எனப்படும்;. இல்லையெனில் அது அனரக் கிராமம் எனப்படும்.

விசயநகரம் பேரரசு தென்னிந்தியாவில் முகலாய அரசிற்கு - நவாப் அரசிற்கு திரை செலுத்துபவர்களாக மாறி இருந்தனர். அதன் தொடர்ச்சியாக விசயநகர பேரரசின் அங்கமான பானையங்களும், நவாய் அரசிற்கு திரை செருத்துபவர்களாக

மாறி இருந்த, ஐரோப்பிய வணிகக் குழுக்களில் பிரெஞ்சும், பிரிட்டானிய கிழக்கிந்திய கம்பெனியினரும் முக்கிய போட்டியாளர்களரக இருந்தனர். அவர்களுக்குள் போட்டியும் மோதலும் கூட அவ்வப் போது நடந்தன.

முதலாயப் பேரரசர் ஔரங்கசீப்பிற்கு பின் அவர்களது வாரிசுகளுக்கு இடையே வாரிசுப் போர் உருவானது. தென்னியந்திய பகுதிகள் உரிமை கொண்டபடி சந்தாசாகிப்பும், ஆந்தாடு நவாப்பும் மோதிக் கொண்டனர். இந்த மோதலில் இருதரப்பும், பிரெஞ்சுகாரர்கள் கிழக்கிந்திய கம்பெனியினர் உதவியை நாடினர். இதை நல்வாய்ப்பாக பிரெஞ்சுகாரரும், கிழக்கிந்திய கம்பெனியும் பயன்படுத்திக் கொண்டனர். சந்தாசாகிப்பை பிரெஞ்சுகாரர்கள்; ஆதரித்தனர். ஆன்சாடு நவாப்பை கிழக்கிந்திய கம்பெனியினர் ஆதரித்தனர். மோதலில் சந்தாசாகிப் கொல்லப்பட்டார். ஆந்தாடு நவாப் வெற்றி பெற்றார். இந்த வெற்றிக்கு உதவிய கிழக்கிந்திய கம்பெனிக்கு கைமாறாக, மதுரை, சிவகங்கை, நெல்லை உள்ளிட்ட பல பாளையங்களில் வரிவசூல் செய்யும் உரிமையை பெற்றனர்.

கிழக்கிந்திய கம்பெனி வெற்றிக்கு மருதநாயகம் முக்கியமாக இருந்தார் என்பது குறிப்பிடத்தக்கது. மருத நாயகம் சந்தாசாகிப் கொல்லப்படுவதற்கு முன் பிரெஞ்சு ஆதரவாளராக இருந்தவர் என்பதும் நாம் மறக்க கூடாது. கம்பெனி அரசு மதுரை உள்ளிட்ட பாளையங்களின் வரிவசூல் செய்யும் அதிகாரியாக மருத நாயகத்தை நியமனம் செய்தது.மருத நாயகம் சிறு படையைக் கொண்டு அதிரடியாக போர் நடத்தி வெற்றி ஈட்டுவதில் திறமைசாலியாக இருந்தான். இதனால் கம்பெனி அரசில் முக்கிய தளபதியாக மருத நாயகம் புகழ்பெற்றான். அவருக்கு கம்பெனி அரசு காமாண்டோ கான் எனும் சிறப்பு பெயரையும் அளித்தது. மருத நாயகம் மேலும் மேலும் புகழ்பெற பூலித்தேவனை அழித்தது பாளையங்கோட்டை, எட்டயபுரம் பாளையத்தின் தளபதியான கட்டலாங்குளம் வீரன் அழகுமுத்துக் கோன் மற்றும் அவருடன் இணைந்து போரிட்ட இருநூறுக்கும் மேற்பட்டவர்களை பீரங்கி வாயில் கட்டி வைத்து பீரங்கயை வெடிக்கச் செய்து பலரைக் கொன்றார். இந்தச் செயல்

பாளையக்காரர்கள் கம்பெனிக்காரர்களை எதிர்க்க முடியாது. அவர்களுக்கு அடங்கி நடக்க வேண்டியது தவிர்க்க இயலாது என்பதை ஏற்படுத்தியது. இந்தக் கொடூரச் செயல் சுதேசி மக்களிடம் கொந்தளிப்பை ஏற்படுத்தியது. அதே நேரத்தில் கம்பெனி அரசு பெருமகிழ்வுற்றது. கம்பெனிக்கு எங்கு பிரச்சனை என்றாலும் மருத நாயகம் அழைக்கப்படும் அளவிற்கு மாறியது.

கம்பெனி அரசு மருத நாயகத்தை நடத்தும் விதம் ஆற்காடு நவாப்பிற்கு பிடிக்கவில்லை. சந்தாசாகிப் படையில் பணியாற்றி, பிரெஞ்சு ஆதரவுடன் மைசூர் அரசராக ஐதர் அலி முடிசூடிக் கொண்டது மட்டுமல்லாது கம்பெனி அரசிற்கும் நவாப்பிற்கும் கடும் எதிர்ப்பாளராக மாறிய நிகழ்வு முக்கிய காரணம் எனலாம். அதாவது மருத நாயகமும் ஐதர் அலி போல் மாறி தனக்கு குடைச்சல் கொடுக்கக் கூடும் என நவாப் கருதினார். இதனை மனதில் கொண்டு மருத நாயகம் கம்பெனி ஊழியர் என்றாலும் வரிவசூலை தன்னிடம் ஒப்படைக்க கடமைப்பட்டவர் என உத்தரவிட்டார் இதனை கம்பெனி அரசு எதிர்க்கவில்லை. ரசிக்கவே செய்தது. மேலும் தனது எதிர்கால அரசியலுக்கு பயன்படும் என்றபடி நவாப் உத்தரவையே கம்பெனி அரசு ஆதரித்தது. இது கம்பெனி ஊழயரான மருதநாயகத்திற்கு அதிர்ச்சியாக இருந்தது. மருத நாயகத்தை டெல்லி பகதூர்ஷா, ஆதரித்ததாகவும் செய்தி உண்டு மருத நாயகத்திற்கும் கம்பெனி அரசிற்கும் கருத்து வேறுபாடு வளர்ந்தது.

மருத நாயகமும் ஐதர் அலி போல சுதேசி மன்னர் - சுல்தான் என்ற இலக்கை நோக்கி பயணமானார். அதன் ஒரு பகுதியாகவே தெற்கத்தி பாளையங்கள் தன்னை ஆதரிக்க வேண்டும். இல்லை எனில் அவற்றுக்கு எதிர்காலம் இல்லை என அறிக்கை விடுத்தார். தன்னுடன் சேருமாறு பாளையக்காரர்களை வலியுறுத்தினார். சிவகங்கை பாளையத்தின், திருப்புவனம் பகுதி மதுரையை சேர்ந்தது என சிவகங்கை மன்னர் முத்துவடுக நாதருக்கு நெருக்கடி கொடுத்தார். சிவங்கை பாளையக்காரர்கள் முத்துவடுக நாதர், ஆற்காடு நவாப்பையும், மருதநாயகத்தையும் பகைத்துக் கொள்ளாத வழியில் பயணம் செய்ய முடிவெடுத்தார். ஆனால் அமைச்சர் தாண்டவராயன்பிள்ளையோ வேறு விதமாக

சிந்தித்தார். திருப்புவனம் பகுதியை இழக்காதிருக்க ஆற்காடு நவாப் ஆதரவாளராக மாறி மருதநாயகத்தை எதிர்ப்பது என முடிவெடுத்தார். அதன்படியே மருதநாயகம் பிரெஞ்சு ஆதரவாளாக மாறுகிறார். ஆற்காடு நவாப் ஆதரவாளரான சிவகங்கை பாளையத்திற்கு நெருக்கடி கொடுகிறார் என புகார் அளித்தார்.

மருத நாயகத்திற்கு எதிராக, ஆற்காடு நவாப்பும், கம்பெனி அரசும் இணைந்து செயல்படும் நிலை ஏற்பட்டதை அடுத்து தன்னைப் பலப்படுத்திக் கொள்ள தொடங்கினார். படைபலம் பெருக்கினார். அவர் படையில் கிட்டத்தட்ட முப்பதாயிரம் படை வீரர்கள் இருந்ததாக வரலாற்றாளர் கூறுகின்றனர். பல மோதல்கள் வெடித்தன. மருதநாயகம் படை வெற்றி பெற்றது. கம்பெனி மற்றும் நவாப் படைகள் தோற்று ஓடினர். இந்நிலையில் மதுரையின் சுல்தானாக மருதநாயகம் அறிவித்துக் கொண்டார்.

மருதநாயகத்தின் கம்பெனி மற்றும் நவாப் எதிர்பை மைசூர் மன்னர் ஐதர் அலி வெகுவாக பாராட்டி கடிதம் எழுதினார். அதில்; "நீயும் நானும் வேறல்ல நாமும் நமது நாடும் வேறல்ல" என நட்புக்கரம் நீட்டினார். மேலும் ஒரு படைப்பிரிவை மருதநாகயத்திற்கு ஐதர் அலி அனுப்பி வைத்தார். மேலும், பிரெஞ்சு ஆதரவும் மருத நாயகத்திற்கு கிடைத்தது.

கம்பெனி அரசும், நாவப் அரசும் மருதநாயகத்தை போர் மூலம் வெற்றி கொள்ளமுடியாது. விதமாகவே வெற்றி கொள்ள முடியும் என முடிவுக்கு வந்தனர்.

மேலும் ஐதர்அலியும், மருத நாயகமும் இணைந்து செயல்பட வாய்ப்பு அளிக்க கூடாது என்பதில் கம்பெனி அரசு தீவிரம் காட்டியது என்பதை அமைச்சர் தாண்டவராயன் பிள்ளை மூலம் கம்பெனி அரசும், நவாப் அரசும் திட்டமிட்டவரை பேச்சு வார்த்தை என சொல்லி வஞ்சமாக, மருத நாயகத்தை பிடித்து தூக்கிலிட்டனர்

மருத நாயகத்தை தூக்கில் தொடர்ந்து மூன்று முறை ஏற்றிய போது அவர் சாகவில்லை. மூச்சை உள் இழுத்து கழுத்தை

புடைக்க செய்து தூக்கு கயிரை செயல் இழக்க செய்தார். அந்த அளவிற்கு அவர் தனது உடலை கட்டுடலாக வைத்துருந்தார். அவர் தூக்கில்டப்படும் போது வயது நாற்பத்தி ஐந்துக்குள் தான் என்பதும் கவனம் கொள்ளத் தக்கது. மருத நாயகம் மனைவி போர்த்துக்கீசிய தந்தைக்கும், தலித் பெண்ணுக்கும் பிறந்தவர் என்பதும் இங்கு குறிப்பிடத்தக்கது. மருதநாயகம் இசுலாமியராக மாறியவர் என்பதும் இதன் காரணமாக தனது பெயரை கான்சாகிப் என மாற்றிக்கொண்டார் என்பதும் குறிப்பிடத்தக்கது.

கம்பெனி அரசு மருத நாயகத்தை அழிக்க, சிவகங்கை பாளையத்தை பயன்படுத்தியது சில ஆண்டுகள் கடந்த நிலையில் சிவகங்கை பாளையத்தின் மீது கம்பெனி அரசும், நவாப் அரசும் படையெடுத்தனர். மன்னர் முத்து வடுக நாதர் கொல்லப்பட்டார். அமைச்சார் தாண்டவராயன் பிள்ளை, வேலுநாச்சியார், மருது பாண்டியர்களும், தப்பி ஐதர் அலி செல்வாக்குபகுதியான திண்டுக்கல்லுக்கு சென்றனர். வேலுநாச்சியார் விருப்பாட்சி பாளையக்கார கோயால் நாயக்கர் உதவியால் ஐதர் அலியை சந்தித்து உதவி கோரினார். ஐதர் அலி பணம் மற்றும் படை உதவி பெற்று வேலு நாச்சியார் தலைமையில் சிவகங்கை மீட்கப்பட்டது வரலாறு ஆகும்.

கிழக்கிந்திய கம்பெனியின் நவாப் ஆதரவு நிலை பிரெஞ்சுக்காரர்களை விட வணிக ரீதியாகவும், அரசியல் ரீதியாகவும் வளர உதவியது. ஆதரிப்பது மூலம் கம்பெனியின் எதிர்காலம் இருக்கிறது. என்பதை தெளிவாக புரிந்து கொண்டது. கம்பெனி ஊழியர்கள், படைவீரர்கள், நவாப்பின் பேராசைக்கு அடிபணிந்து தொடர்ந்து போர் நடத்துவதை வெறுத்தனர் தங்களது எதிர்ப்பை புலம்பலாக வாய்ப்புக் கிடைக்கும் போதெல்லாம் வெளிப்படுத்தினர் என்பதை கம்பெனி ஊழியர்களின் பதிவுகளைக் காணும்போது தெரிய வருகிறது.

பாளையங்களின் எதிர்ப்பு, திப்பு, மருதநாயகம் இறப்புக்கு பின் கம்பெனி அரசுக்கும் நாவப் அரசுக்கும் இக்கட்டான நிலையினை ஏற்படுத்தியது. அதாவது மருதநாயகம், திப்பு தலைமையிலான - பேரரசுகள் தலைமையிலான எதிர்ப்பு தோல்வியுற்ற நிலையில் அதன் - நீட்சியாய் புதிய முயற்சியாய்

பாளையங்கள் ஒன்றிணைந்த கூட்டணிக்கான தேவை எழுந்தது. அதை, மருதுபாண்டியர்கள், கோபால் நாயக்கர் போன்றவர்கள் முன்னெடுத்தனர். அதுவே தீபகற்ப கூட்டணி ஆகும். அக்கூட்டணியின் போர்ப் பிரகடனமே சம்புத்தீவு பிரகடனமாகும்

இந்தச் சம்புத்தீவு என்பது கிட்டதட்ட தென்னிந்தியா முழுமையையும் குறிக்கிறது.1800 - 1801 கிளர்ச்சி உச்சத்தில் இருந்தபோது மத்தியப் பிரதேசம் குவாலியர் வரை ஆதரவு கிளர்ச்சி இருந்தது என்பது குறிப்பிடத்தக்கது.

பாளையங்களின் சமூகப் பின்புலம்

நிலம் பெரும்பாலும் கிராமத்தின் பொதுச் சொத்தாகப் பெரும்பான்மையாக இருந்துள்ளது.

கிராமத்தில் ஒரு குறிப்பிட்ட சாதியினர் - தொழில் செய்வார் இல்லையெனில் வேறு பகுதியிலிருந்து அத்தொழில் செய்வோரை குடும்பத்தொடு குடியமர்த்துவது வழக்கமாக இருந்துள்ளது. நிலம் பெரும்பாலும் கிராமத்தின் பொதுச் சொத்தாக பல ஆண்டுகளாக இருந்த அதே நேரத்தில் கோவில்களுக்கும் - மடங்களுக்கும் ஏன் கிராமத்தில் இருந்த மேல் சாதியினருக்கு - பிராமணர், பிள்ளைமார் போன்றோருக்கு தனிவுரிமை நிலம் இருந்தது என்பதும் உண்மையே ஆகும்.

ஒரு கிராமத்தின் அன்றாடத் தேவையை அக்கிராமத்தின் அனைத்து சாதியினரும் தம்மளவில் செய்யும் தொழில் மூலம் உற்பத்தியை பரஸ்பரம் பகிர்ந்து கொண்டனர். இந்த சமூக கட்டமைப்பை தான் சுயதேவை கிராம பொருளாதார கட்டமைப்பு என கார்ல் மார்க்சு சுட்டினார் என்பது குறிப்பிடத்தக்கது.

ஒவ்வொரு குறிப்பிட்ட தொழில் செய்யும் சாதியினரும் - தொழிற் பிரிவினரும் சில ஆயிரம் வருடங்களுக்கு மேலாக சுய விருப்பமுடனும், சமூகத்தின் தேவை கருதியும் அத்தொழிலை வழிவழியாக செய்வோராக ஒழுங்கமைந்து இருந்தனர். இதனை மரபு வழி பொருள் உற்பத்தி முறைச் சமூகம் அல்லது சாதியடிப் படையிலான உற்பத்திமுறைச் சமூகம் என வரையறுக்கலாம்.

எத்தகைய பொருள் உற்பத்தி முறை நிகழ்கிறதோ அதற்கு உகந்த இன உற்பத்தி முறை தான் நீடிக்க முடியும் என்று எங்கெல்சு கூறுவார். அதற்கு ஏற்ப, சாதிய பொருள் உற்பத்தி முறையை ஒழுங்கமைக்கும் விதமாகவே சாதிய திருமண முறை தோன்றி நிலை பெற்றதை காண்கிறோம்.

சாதி அடிப்படையிலான தொழில்முறைச் சமூகம், அவர்கள் செய்யும் தொழிலின் திறமை கருதி, மன்னர்களால் - மக்களால் சிறப்பு பெயர்களிட்டு அழைக்கப்பட்டது அன்று வழக்கமாக இருந்திருக்கிறது. இது கைவினைத் தொழில், வணிகம், நெசவு, சேவைத்தொழில் மட்டுமல்லாமல் போர் நடவடிக்கைகளில் பங்கேற்றவர்களுக்கும் பொருள் வழி வழியாக, மரபு ரீதியாக - குல வழியாக, தொழில் அதன் சிறப்பு கருதி பட்டப்பெயர்களிட்டு அழைக்கும் வழக்கம் பல்லாயிரம் ஆண்டுகளாக இருந்துள்ளது.

காலங்காலமாக மரபு வழியாக தொழில் பிரிவினரைக் கொண்ட மக்கள் சமூகமாக ஒழுங்கமைந்து இருந்ததை வர்க்க முரண்பாடு வளராத சமூகம் என மார்க்சு சாரியாகவே குறிப்பிட்டார். இந்தியா நோக்கி வந்த எந்த இனக்குழுவும் இச்சமூக கட்டமைப்பை சிதைக்கவில்லை, அழிக்கவில்லை மாறாக, தமக்கு உகந்த வகையில் சிறிதளவு மாற்றம் செய்து பாதுகாத்தே வந்தனர் எனக் குறிப்பிடுகிறார்.

ஆனால் ஐரோப்பியர்கள், அதன் அடித்தளத்தை (உற்பத்தி உறவை) தகர்ப்பவராக கருதினார்.

ஐரோப்பியரின் இச்செயல், சுதேசி மக்களின் சுதந்திர வாழ்வை அழிக்கிறது என்ற படி மனிதாபிமான அடிப்படையி;ல் நமக்கு கவலை அளிக்கிறது அதே நேரத்தில் அழிவு ஆக்கத்திற்காக என்ற படி வரவேற்கதக்கது என்றே மார்க்சு குறிப்பிட்டார்.

கம்பெனி அரசின் கொள்கை, தொடக்க காலத்தில் மரபு வழித் தொழில்களை தடை செய்வது என்பதாக இருந்தது. ஆனால் அதைக் தொடர முடியாது என்றே கண்டனர். அதாவது அதற்கான காலம் கனியவில்லை. நாம் அதற்கு அழுத்தம் தந்தால் சுதேசி மக்களின் எதிர்ப்பை தாங்கமுடியாது. அவ்வெதிர்ப்பையும்

வெற்றி கொள்வது கடினம். ஒரு வேளை நாம் அதை முன்னெடுக்க முயன்றால் மூட்டை முடிச்சுகளை கட்டிக் கொண்டு ஐரோப்பாவிற்கு செல்லும் நிலை ஏற்படலாம் என்றபடியே அனுகினர். பொருள் உற்பத்தி முறையில் மாற்றம் என்பதை படிப்படியாக செய்வதே தங்கள் வர்க்க நலனுக்கு உகந்தது என முடிவு எடுத்தனர்.

ஐரோப்பிய வணிக குழுக்கள் இங்கு வரக் காரணம் இந்நாட்டில் உற்பத்தியாகும், பருத்தி ஆடைகள் வெள;ளி மற்றும் தங்க சரிகையிவான பட்டு ஆடைகள் வேலைப்பாடு மிகுந்த கைக்குட்டைகள், கைவினைப் பொருட்கள், உப்பு, மிளகு உள்ளிட்ட வாசனைப் பொருட்கள் போன்றவற்றை இங்கிருந்து கொண்டு சென்று ஐரோப்பிய சந்தையில் விற்பது இலாபம் ஈட்டுவதே நோக்கமாக இருந்துள்ளது. இதன் பொருட்டே ஐரோப்பாவைச் சேர்ந்த பல நாட்டு வணிகக் குழுக்கள் வரக் காரணமாகும்.

சுதேசி மக்கள் தங்கள் உற்பத்திப் பொருட்களை ஐரோப்பிய வணிகருக்கு விற்க விரும்பவில்லை. இங்கு காலங் காலமாக உள்நாட்டு மற்றும் வெளிநாட்டு வணிகத்தில் ஈடுபட்டு வரும் சாதியினருக்கு விற்பதையே விரும்பினர். இத்தகைய நிலை ஐரோப்பிய வணிகருக்கு நெருக்கடியை உண்டு பண்ணியது. இங்குள்ள வணிகர்கள் பெரும் பெரும் மரக்கலங்களில் பொருட்களை கொண்டு சென்று விற்கும் அளவிற்கு ஆயிரம் ஆண்டுகளுக்கு மேலாக தோச்சி பெற்று இருந்தனர். தாங்கள் ஈட்டிய செல்வங்கள் மன்னருக்கே கடன் அளிக்கும் அளவிற்கு இருந்தது என்பதை பல இலக்கிய ஆதாரம் மூலம் அறியலாம். இதன் காரணமாக வணிகர்களை - மன்னர் பின்னோர் என் அழைக்கும் வழக்கம் இருந்துள்ளது. அதிலும் குறிப்பாக தமிழகத்தை சேர்ந்த நகரத்தார். மிக குறிப்பிடத்தருந்தவர்கள் என்பது கவனிக்கத்தக்கது. நகரத்தார் - நகரங்களில் வாழ்வோர் என்பதை ஐரோப்பாவில் 1600களுக்கு பின்னர் காண்கிறோம். குறிப்பாக பண்டைய தமிழகத்தில் நகரத்தார் என வணிகரைக் குறிக்கும் சொற்கள் இரண்டாயிரம் ஆண்டுகளுக்கு முன்னரே காணப்படுகிறது குறிப்பிடத்தக்கது. (பாஸ்கர சேதுபதிக்கு கடன்

கொடுத்ததற்காக, இரவு சேரியை தலைக்கிராமமாக கொண்ட இருபத்தி இரண்டரை கிரமத்திற்கு சமீன்தாராக தேவ கோட்டை ராமிசாமி செட்டியார் இருந்தார் என்பதும் அதனை பிரிட்டிசு அரசே அங்கிகரித்தது என்பதும் இங்கு காணத்தக்கது)

ஐரோப்பிய வணிக் குழுக்கள் தங்களது வணிக நடவடிக்கைகள் வளரவும் உள் நாட்டு வணிகரை முடக்கவும் அரசியல் அதிகாரமே தேவைப்பட்டது.

ஐரோப்பிய வணிகர்கள் அரசியல் அதிகாரத்தை நோக்கி நகர இங்கு வலுவான அரசு இல்லாது போனது சாதகமாக அமைந்தது தங்களது அரசியல் வளர்ச்சிக்கு, வணிகப் பண்டங்களை பாதுகாக்கும் படையையே நாம் முன்னர் காட்டியபடி சுதேசி மன்னர்களுக்கு இடையிலான சச்சரவுகளில் ஈடுபட்டு வெற்றியைக் குவித்தனர் பணத்தை சம்பாதித்தனர்.

கம்பெனி அரசு, பாளையங்களை தனது கட்டுப்பாட்டின் கீழ் கொண்டுவர தனிச்சிறப்பான படையையும், அதை செயல்படுத்தும் திட்டத்தையும் முன்வைத்தனர். அதில் முக்கியமானது வெல்லெஸ்லி துணைப்படைத்திட்டம். அதாவது ஒவ்வொரு பாளையக்காரரும் தனது பாதுகாப்பிற்காக, கம்பெனி படைப்பிரிவை வைத்துக் கொள்ள வேண்டும். அதற்கான கட்டணம் தனி படைச் செலவிற்கான கட்டணமும் தனி என்றனர். இதை பாளையக்காரர்கள் ஏற்றுக்கொள்ள நிர்ப்பந்தப்படுத்தப்பட்டனர்.

விவசாயிகளானாலும் சரி நெசவாளர்கானாலும் கைவினைஞர்களானாலும் சரி, தங்களது உற்பத்தி பொருளை தாங்களே உள்நாட்டு வணிகருக்கோ வெளிநாட்டு வணிகம் செய்வருக்கோ விற்க கூடாது கம்பெனியிடமே விற்க வேண்டும். வெளியே விற்க விரும்பினால் கம்பெனி அரசிடம் அனுமதி பெற வேண்டும் கம்பெனி அனுமதி இல்லாமல் பொருளை விற்பது குற்றம்.. மீறும் தொழில் நிறுவனங்கள் சூறையாடப்படும் அபதாரம் விதிக்கப்படும் கம்பெனி சட்டங்களை மீறுவோர் பொது இடங்களில் வைத்து அவமானப்படுத்தப்பட்டனர்.

கம்பெனி ஊழியர்கள், கம்பெனி சட்டத்தை மீறுவோருக்கு சலுகை அளிப்பதாக கூறி நெசவர்கள், கைவினைஞர்கள், விவசாயிகள், வணிகர்களிடம் கையூட்டில் பெரும் பணம் சம்பாதித்தனர் இந்தப்பணத்தின் பெரும் பகுதி கம்பெனி ஊழியர்களால் 3 அல்லது 4 வட்டிக்கு கடன் கொடுக்கப்பட்டது. இதன் மூலம் கம்பெனி ஊழியர்கள் பெரும் பணம் சம்பாதித்தனர் இதை தங்கள் சொகுசு வாழ்விற்கும் இங்கிலாந்துக்கும் கொண்டு சென்றனர். கம்பெனி ஊழியர்கள் முறைகேடாய் பணம் சேர்த்தது குறித்த குற்றச்சாட்டுக்கள் பல உண்டு. (உ.ம்) இராப்ர்ட் கிளைவ் மீது கூட ஊழல் குற்றச் சாட்டு உண்டு என்பது இங்கு நினைவு கூரத்தக்கது.

கம்பெனி அரசின் அரசியல் அதிகாரம் வளர வளர, உள்நாட்டு வணிகம், வெளிநாட்டு வணிகம் முடங்கியது. இதனால் விவசாயம், நெசவு, கைவினை தொழில்கள் மிக பாதிப்பு அடைந்தது. நிலவரியை அதிகமாக உயர்த்தினர்

உள்நாட்டு உற்பத்தி, வணிகத்தை, முடக்க பன்னாட்டு கம்பெனிகள் வளர - உற்பத்தி வணிகத்தில் ஈடுபடுவோர் மீது வரிவிதிப்பை ஒரு ஆயுதமாக இன்றும் பயன்படுத்தப்படுவது கண்கூடான ஒன்றே.

கம்பெனி அரசு, உள்நாட்டு உற்பத்தியை முடக்கியதோடு தங்களுக்கு கீழ்பட்டு பாளையங்கள் நடக்க வேண்டும் என்பதற்காக, போர்களை இடைவிடாது 1750 முதல் 1800 வரை நடத்தியதைக் காண்கிறோம். போர்ச் செலவிற்காக, பாளையங்கள் மீது மேலும் வரி விதிக்கப்பட்டது. எதிர்த்த பாளையங்களுக்கு மேலும் கூடுதல் வரி என்று இருந்தது. சிலபகுதிகளில் நிலவரி நூறு என்றால் கூடுதலாக நூத்தி இருபது ஆக மொத்தம் 220 ஆக உயர்த்தினர்

கம்பெனி அரசின் அடக்கு முறை அதிகமாக அதிகமாக, மக்களிடம் பெரும் கொந்தளிப்பை ஏற்படுத்தியது. காலம் காலமாக செய்து வந்த தொழில்களுக்கு எந்த ஆட்சியும் செய்யாத நடவடிக்கை என வெறுப்பு வளர வளர, கிளர்ச்சிக்கான அடித்தளமாக மாறியதை காண்கிறோம்.

கம்பெனி ஆட்சியின் நடவடிக்கை மரபு வழி தொழில்களுக்கான தடை என்பதாக மட்டுமல்லாது மரபு வழி வாரிசு இல்லாதவர் இராச்சியங்கள் கம்பெனியின் நேரடி ஆளுகையின் கீழ் வரும் என்ற கருத்தை அறிவித்தனர். இது டல்ஹவுசி காலத்தில் சட்டமாக்கப்பட்டது என்பதை மறக்க கூடாது. இதன் காரணமாகத் தான் சிவகங்கை பாளையத்தை மீட்ட வேலுநாச்சியார் பெரிய மருதுவை மறுமணம் செய்ததாக கூறப்படுகிறது. சிவகங்கை பாளையம் வாரிசு இல்லாமல் கம்பெனி வசம் செல்லக்கூடாது என்ற ஏற்பாடாகவே வேலுநாச்சியார் மறுமண அறிவிப்பு வெளியிடப்பட்டது என மருதுபாண்டியர்கள் வரலாறு நூலின் ஆசிரியர் மீ. மனோகரன் கூறும் கருத்து சரியானதே ஆகும்.

1800 களில் கம்பெனி அரசு மருதுபாண்டியர்களைக் குற்றவாளியாக்கும் அறிவிப்பில் வேலு நாச்சியாரின் விரக தாபத்தை பயன்படுத்தி ஆட்சியை கைப்பற்றியவர்கள் எனக் கூறுவதை காண்கிறோம். இதற்கு பதிலடியாக ஆற்காடு நவாப் விரகதாபமெடுத்த விதவை போல ஐரோப்பியருக்கு - நாட்டை அபகரிக்க இடம் கொடுத்துவிட்டார் என்ற விமர்சனத்தை மருதுபாண்டியர்கள் முன் வைக்க நேர்ந்ததையும் காண்கிறோம்.

1801 க்கு பின் கம்பெனி அரசு மரபு வழித் தொழில்களுக்கு தடை என்பதை அடக்கியே வாசித்தது. மரபு வழி உரிமை கோரும் மக்கள் வழக்கம் காலா காலத்திற்குத் தேவைப்படும் போது அடக்கியாளப் பயன்படும் என்றே சட்டதிட்டங்களை - ஏன் அரசியலமைப்பு வடிவமைப்பை கையாண்டது என்றே சொல்ல வேண்டும்.

1750 - 1800 வரையிலான காலக்கட்டம் தென்னியந்தியாவிற்கு முக்கியமானதாகும். ஆற்காடு நவாப்பின் கூலிப்பழடயாய் கம்பெனி படை செயல் தொடங்கியது என்றாலும் அதன் நடவடிக்கை சமூகத்தில் சுதேசி நிலவுடைமை அரசுகளை அகற்றியது என்பதை மறக்க கூடாது. இந்த கம்பெனி அரசின் நடவடிக்கை சக வணிகப் போட்டியாளரான பிரெஞ்சுக்காரை ஒருக்கியதாக அமைந்தையும் நாம் கவனம் கொள்ள வேண்டும்.

தொடர்ச்சியான போர்கள் விவசாயம், நெசவு, கைவினைத் தொழில்கள், வணிகம் போன்றவற்றை அழித்தது அதே நேரத்தில் மேற்படி உற்பத்திப் பொருள்களை கொண்டு செல்ல முக்கிய போக்குவரத்து சாதனமாக பயன்பட்ட மாட்டு வண்டிகளின் உரிமையாளர்களையும், சரக்குகளை, ஏற்ற இறக்க உழைத்த-முழுஉடல் உழைப்புத் தொழிலாளர்களையும் பாதித்தது.

கம்பெனி அரசு நடத்திய போருக்கான ஆயுதங்களை, உணவுப் பொருட்களை, இலவசமாக கொணடடு சென்று தருமாறு மாட்டு வண்டி உரிமையாளர்களைக் கட்டாயப் படுத்தியது. உடல் உழைப்பாளிகளும் சம்பளம் இல்லாமல் பணி செய்ய கட்டாயப்படுத்தப்பட்டனர்.

கம்பெனி அரசின் சட்டதிட்டங்கள் நாட்டின் மக்கள் அனைவரையும் அதிருப்தி கொள்ளச் செய்து ஆரோக்கிய மானவர்கள் எதிர்த்து செத்து மடிந்தனர். எளியவர்கள் எந்த வேலை செய்யுவும் மனம் இல்லாமல் வாழ வழி தெரியாமல் அகதியாக அங்குமிங்கும் அலைந்தனர். பஞ்சமும் பட்டினியும் தலைவிரித்தாடின. இதனால் கோடிக்கணக்கான மக்கள் செத்து மடிந்தனர். இந்தநிலை பல பத்தாண்டுகளுக்கு தொடர்ச்சியானது.

1857க்கு பின் இந்தியாவை ஆள்வது கம்பெனி நிர்வாகத்திலிருந்து பிரிட்டிஷ் அரசின் நிர்வாகத்தின் கீழ் வந்தது.

பஞ்சம் பசி பட்டினியால் எண்ணற்ற மக்கள் செத்து மடிவதற்கு காரணம் என்ன என்று பிரிட்டிஸ் அரசு கேள்வி எழுப்பியது. அதற்கு டல் ஹவுசி பிரபு ;எழுதினார் இந்தியர்களுக்கு விவசாயம் செய்யத் தெரியவில்லை என்றார். இந்த பதிலால் திருப்தி அடை;யாத அரசு இரு நபர் நிபுணர் குழு ஆய்வு செய்து விட்டு கூறியது பின்வருமாறு. “ இந்தியர்களுக்கு விவசாயத்தை கற்றுத் தரும் நிலையில் நாம் இல்லை. அவர்களிடம் நாம் கற்றுக் கொள்ள நிறைய இருக்கிறது.” என்று குறிப்பிட்ட சாதாரண விசயமல்ல. ஆக பஞ்சம் பட்டி சாவுகளுக்கு காரணம் அரசியல் இராணுவ முறைகளே என்பது வெளிப்படை.

1801,1857 தோல்விக்கு பின்னர்தான் எண்ணற்ற மக்கள் - உடல் உழைப்பை விற்று மூன்று வேலை உணவுத் தேவையை நிறைவு செய்து கொள்வதற்காகவே தென்னாப்பிரிக்கா, மலேசியா உள்ளிட்ட இடங்களில் இடம்பெயர்ந்ததைக் காண முடிகிறது. இதேபோல் 1750 - 1765 வரையிலான காலகட்டத்தில் இடம்பெயரத் தொடங்கியோர் குடியேற்றப் பகுதியாக காவிரி டெல்டா இருந்துள்ளது. எனவே தான் அப்பகுதியில் வாழ்ந்த உடையார் சமூக மக்கள் சிவகங்கை பாளையப் பகுதியான தேவகோட்டை பகுதி நோக்கி குடியேறியதையும் காண்கிறோம். இதேபோல் தான் 1801 கால கட்டத்தில் திருநெல்வேலி-நாகர்கோவில் பகுதியில் வாழ்ந்த பிள்ளைமார் சமூகத்தினரும் கைவினைகளான ஆசாரி சமூகத்தினரும் காரைக்குடி பகுதியில் குடியேறினர். 1850 களுக்கு பின்பு நகரத்தார் வீடு கட்டினர். அந்த வீடுகளை கட்டிக் கொடுப்பவர்களாக ஆசாரி சமூகத்தினர் மாறினர். கூலி என்னவோ மூன்று வேளை உணவு தான் என்பது குறிப்பிடத்தக்கது. இது போல் குழுவாக மட்டுமல்லாது எண்ணற்ற தனிப் நபர்களாக இடம் பெயர்ந்தவர்கள் ஏராளம் இருக்கலாம் என்றே தெரிகிறது.

கம்பெனி அரசின் அடக்குமுறை பாளையக்காரர்களை பீதி அடையச் செய்தது. கம்பெனி அரசின் சட்ட திட்டங்களை ஏற்று அடங்கிபோவது அரசின் முழுமையாக எதிர்ப்பது என்ற போக்குகள் தோன்றியன.

கம்பெனி அரசு விதிக்கும் வரிப்படி பாளையக்காரர்கள் மக்களிடம் வசூலிக்க முடியாமல் தினம்தினம் வரி கூடுதல் காரணமாக பாளையக்காரர்களை மக்கள் வெறுத்தனர் எதிர்க்க துணிந்தனர்.

கம்பெனி விதிக்கும் வரியை வசூலித்தாலும் பாளையக் காரர்கள் பெரும் பகுதிளை கம்பெனி அரசின் திரையாக செலுத்தி விட்டு, தங்கள் பரிவாரச் செலவிற்கும் குடும்பச் செலவிற்கும் போதாமையால் தவித்தனர். இந்நிலையில் சில பாளையக்காரர்கள் கம்பெனி அரசிடமே நிர்வாகத்தை

ஒப்படைத்து விட்டு பென்சன் வாங்கிக் கொண்டு ஒதுங்கினர். இவர்கள் இழிபிறவிகள் என்றும் பென்சன் மகாராசக்கள் என்றும் திப்புவும் மருதுவும் அழைத்ததை வரலாற்றில் காணமுடிகிறது. "சரபோசி மன்னர் நிர்வாகத்தை கம்பெனியிடம் ஒப்படைத்த பின்னர் பென்சன் வேண்டும் என மனுச் செய்தார். அதில் தனக்கு 600 மனைவிகள் என்றும் சிலர் நடத்தை தவறிவிட்டதாக சொல்லி அவர்களுக்கு பென்சன் அளிக்க வேண்டாம் எனவும் கேட்டுக் கொண்டார். சரபோசி மன்னரின் வாரிசுகளுக்கு சம்பளம் போடவே தனி வட்டாட்சியர் அதற்காக நியமனம் செய்தனராம். இந்த செய்தியை தமிழில் பொ. வேலுச்சாமி அவர்கள் காரைக்குடி பகுதி இலக்கு வட்டத்தில் பகிர்ந்து கொண்டார்.

அதேநேரத்தில் சில பாளையக்காரர்கள் கம்பெனி விதிக்கும் நிலவரி உள்ளிட்டவை ஏற்றுக் கொண்டு ஆனால் மக்களிடம் வசூலிக்காமல், தனிப்பட்ட முறையில் ஈடுகட்ட முயன்றனர். இந்த வகையினராகவே மருது பாண்டியர்கள் கட்டபொம்மன், கோபால் நாயக்கர் உள்ளிட்டவர்களை காண முடிகிறது. இவர்கள் கூடுதல் வரிச்சுமையைத் தாங்களே ஏற்ற அதே நேரத்தில் கம்பெனி அரசின் நடவடிக்கையை மக்களிடம் விளக்கினர். எதிர்ப்பை கிளறி விட்டனர்.

கம்பெனி எதிர்ப்பில் ஆர்வம் காட்டியவர்களில் மிகத் தீவிரமானவர்கள் மருதுபாண்டியர்கள், ஐதர் அலி, மருதநாயகம், தீரன் சின்னமலை எனலாம். இவர்கள் பரம்பரை மன்னர்கள் அல்ல. சாதாரண படைவீரராய் இருந்து வாழ்வில் உயர்ந்தவர்கள். இதனால் அடித்தட்டு உழைப்பாளி மக்கள் உணர்வை பிரதிபலிப்பவர்களாக இருந்தனர். எனவே இவர்களை அக்கால பாட்டாளி வர்க்க மன நிலை கொண்டவர்களாக இருந்தனர் என்றே சொல்ல வேண்டி உள்ளது. இத்தகைய பாளையக்காரர் மன நிலை கொண்டவர்கள் பி;ன்னால் அணி திரண்டு போராடுவதில் மக்கள் ஆர்வம் காட்டினர் அவர்கள் முயற்சி தோல்வியுற்றாலும் மக்களால் இன்றும் போற்றப்படத் தக்கவர்களாக இருக்கின்றனர் என்பதை நாம் மறந்து விடக் கூடாது.

சம்புத்தீவு பிரகடனம் நமக்கு பல செய்திகளை சொல்கிறது. அதன் ஒற்றைக் குறிக்கோள் கிழக்கிந்திய கம்பெனியை நாட்டை விட்டு வெளிவேற்றுவதே ஆகும். இந்த குறிக்கோளை நிறைவேற்ற சாதி, மத, இனம் நாட்டு எல்லை கடந்த ஒற்றுமை வலியுறுத்தப்பட்டது. சமூக விஞ்ஞானக் கண்ணோட்டப் படி அன்றைய கால நிலவரப்படி பிராமணர் முதல் தலித் வரை பங்கெடுப்பதை வலியுறுத்தியது. ஒவ்வொரு கிராமமும் கூட தனது மக்கள் தொகைக்கு ஏற்ப போர்வீரர் மற்றும் பணமும் தந்து கிளர்ச்சிக்கு ஊக்கமளித்தது. இல்லையெனில் சிறு பாளையக் காரரான மருது பாண்டியர்கள் 70,000 பேரை திரட்டி இருக்க வாய்ப்பு இல்லை என்றே சொல்ல வேண்டும்.

இன்றைய கால அரசியலில் இடம்பெறும் பிரகடனம், பிரசுரம், சுவரொட்டிகளுக்கு முன்னோடியாக மருதுபாண்டியர்களின் சம்புத்தீவு பிரகடனம் - அறிக்கை - பிரச்சார நடவடிக்கை அமைந்து இருந்திருக்கிறது என்பது குறிப்பிடத்தக்கது.

சம்புத் தீவு பிரகடன அறிக்கையின் சாரமாக சொல்வது சாதியடிப்படையில் அமைந்த பொருள் உற்பத்திக் கட்டமைப்பை - உள்நாட்டு வணிகம், வெளி நாட்டு வணிகத்தை பாதுகாக்கின்ற ஒன்றே ஆகும்.

காலனியாதிக்க வாதிகள் முதலாளிவர்க்க ஆதிக்கமே என்றாலும் - அந்நிய நாட்டின் மேலாதிக்கத்தை ஏற்க முடியாது என்பதே ஆகும்.

சமூகத்திலுள்ள உள்முரண்களை ஒதுக்கி - சகிப்புத் தன்மையோடு பொறுத்துக் கொண்டு வெளி முரணை எதிர்ப்பதே பிரதானம் என்ற முற்போக்கு சனநாயகப் பண்பை வெளிப்படுத்துவதே ஆகும்.

1800 களில் உலகில் நிலவுடைமையை எதிர்த்து முதலாளி வர்க்கம் அதிகாரத்தை கைப்பற்றியது பிரெஞ்சு புரட்சி (1789) காலப்பகுதியாகும் என்பதை நாம் நினைவில் கொள்ள வேண்டும்.

முதலாளி வர்க்கம் உடனடியாகவோ அல்லது படிப் படியாகவோ நிலவுடைமை வர்க்கத்தை அகற்றி அதிகாரத்தில்

அமர்வது இயல்பான ஒன்றே ஆகும். ஆனால் இந்தியாவில் அதுவும் தென்னிந்தியாவில் உள்நாட்டு நிலவுடைமை வர்க்கமே உள்நாட்டு முதலாளி வர்க்கத்தை பாதுகாக்க வெளிநாட்டு கிழக்கிந்திய கம்பெனி ஆதிக்கத்தை எதிர்த்து போரடுகிற ஒன்றாக அமைத்தது சாதாரண நிகழ்வல்ல மருதுபாண்டியர்கள், திப்பு உள்ளிட்டவர்கள் நிலவுடைமை வர்க்கத்தை சேர்ந்தவர்களாக ஆதிக்கத்தில் - அதிகாரத்தில் இருந்தாலும் உள்நாட்டு முதலாளிய வர்க்க வளர்ச்சிக்காக போராடியது முதலாளிய சன நாயகப் பண்பு மேலோங்கியதா அமைந்துள்ளது என்றே கருதவேண்டி உள்ளது.

நிலவுடைமை வர்க்க நிலையிலிருந்து முதலாளிவர்க்க நலனை தூக்கிப்பிடித்த ஒன்றாக மருதுபாண்டியர்கள், திப்பு ஆகியோரின் நடவடிக்கைகள் அமைந்திருந்தன என்பதற்கு மேலும் சில ஆதாரங்களை சுட்டலாம்.

1. ஐதர் அலி, கிழக்கிந்திய கம்பெனி திவிர எதிர்ப்பளராக மாறிய மருத நாயகத்தை ஆதரித்தது சாதாரண நிகழ்வல்ல.

2. அதேபோல் வேலுநாச்சியார் இழந்த சிவகங்கை பாளையத்தை மீட்க பணம் மற்றும் படைபலம் கொடுத்ததும் முக்கியமான விசயமாகும்.

3. வேலு நாச்சியாரையும், மருத நாயகத்தையும் ஐதர்அலி ஆதரித்தது எதிரிக்கு எதிரி நண்பன் என்பது இயங்கியல் மற்றும் தர்க்க ரீதியான முடிவாகும்.

4. ஐதுர் அலி, மருதநாயகம் போன்றவர்கள் பேரரசு என்ற கட்டமைப்பின் கீழ் - தலைமையின் கிழக்கிந்திய கம்பெனி எதிர்ப்பு, தோல்வி அடைந்துள்ள நிலையில் தான் அடுத்த கட்ட வளர்ச்சியாக - பாளையக்காரர் கூட்டணி - தீபகற்ப கூட்டணி என்ற ஐக்கிய முன்னணி மற்றும் மக்கள் படை கட்டியதும் எளிதாக நிலவுடைமை வர்க்கப் பண்பல்ல, என்றே கருதலாம்.

5. பெரிய மருது தலைமையில் கொரில்லா படை பாளையங் கோட்டை சிறையை உடைத்து, ஊமைத்துரை செவத்தையாவை விடுவித்தது. செவத்தையாவை பாளையக்காரராக அறிவித்து,

ஒரு சிலவாரங்கள் பெரும் படை திரட்டவும் கோட்டை கட்டவும், உதவியது நிலவுடைமை வர்க்கப் பண்பு என சொல்ல முடியாது.

6. மருது பாண்டியர்கள், சிறு பாளையக்காரரக இருந்தாலும், எழுபதாயிரம் பேர் பங்கேற்ற, மக்கள் படை கட்டியது விடுதலைப் போராட்ட வரலாற்றில் முக்கிய நிகழ்வாகும்.

7. மருதுபாண்டியர்கள் திரட்டிய படைக்கு உணவளிப்பதை, அரண்மனை சிறுவயல் சிவநேசஞ் செட்டியார் பொறுப்பேற்றக் கொண்டார். மருதுபாண்டியர்கள் வீழ்கின்ற வரை, ஆத்தங்குடி காடன் செட்டியார் பொன்னும் பொருளும் இடமளித்து பராமரித்ததும், முதலாளிய வர்க்கப் பண்புகள் சமூகத்தில் வளர்ந்து இருந்ததையே காட்டுகிற நிகழ்வாகும்.

சுருக்கமாகச் சொன்னால் காலனியாதிக்கவாதிகள் முதலாளிவர்க்க நலனிலிருந்து - தனது வணிக நலன்களிலிருந்து ஆதிக்கத்தை நிறுவியவர்கள். காலனியாதிக்கத்தை வேரறுக்க போராடியவர்கள், உள்நாட்டில் வளர்ந்து வந்த் முதலாளிவர்க்க நலனுக்காக, போராடியவர்கள். இது தர்க்க மற்றும் இயங்கியல் வரலாற்று பொருள் முதல்வாத நோக்கில் ஏற்பட்ட அமைந்த இயல்பான ஒன்றே ஆகும்.

திப்பு, மருதுபாண்டியர்கள், பிரெஞ்சு அரசுடன் நெருக்கம் கொண்டிருந்தவர்கள். 1789 -ல் நடந்த பிரெஞ்சுப் புரட்சியை ஆதரத்தவர்கள் என்பதையும் நாம் நினைவில் கொள்ள வேண்டும். மேலும் அவர்கள் அன்றைய கால் உலக வரலாற்றை புரிந்து, தெளிந்து வர்க்க ரிதியான அணிதிரட்டலை, ஐக்கிய முன்னணியை முன்னெடுத்தவர்கள் என்பதை உலக வரலாற்று வளர்ச்சிப் போக்கோடு இணைத்து பார்க்கலாம்.

1801 கிளர்ச்சிக்கு - தீபகற்ப கூட்டணிக் கிளர்ச்சிக்கு ஆதரவாக, பிரெஞ்சு அரசு 15 ஆயிரம் பேர் கொண்ட கடற்படையை இறக்குவதாக வாக்கு அளித்து இருந்தது. ஆனால் அதன்படி பிரெஞ்சுகரர்கள் நடக்கவில்லை. காரணம், கிழக்கிந்திய கம்பெனியும், பிரெஞ்சுகாரர்களும் சுதேகசிகளுக்கு நாம் உதவ கூடாது. சுதேசிகள் அரசியலை தெளிவாக கையாளகிறார்கள்.

எதிரிகளுக்கு எதிரி நண்பன் என்று......... ஆகவே நமக்குள்ள வணிக போட்டி காரணமாக சுதேசிகளுக்கு உதவினால் நாம் இருவருமே ஒரு கட்டத்தில் மூட்டை முடிச்சுக்ளோடு ஐரோப்பாவிற்கு திரும்ப வேண்டி இருக்கும், ஆகவே சுதேசிகளுக்கு உதவக் கூடாது என்று இருவருமே ஒரு முடிவிற்கு வந்தனர். இது முதலாளி வர்க்கம் எடுத்த உலக வரலாற்றில் முக்கிய முடிவு என்றே கருத வேண்டும். உள்நாட்டில் நிலவுடைமை வர்க்கத்தை எதிர்த்த போரில் முதலாளி வர்க்கமானது அண்டை நாடுகளின் உறவில் இணக்கத்தை கடைப்பிடிக்க வேணடும். இல்லையெனில் முதலாளி வர்க்கமானது நிலவுடைமை எதிர்த்த வர்க்கப் போரில் வெற்றி பெற இயலாது என்பதை அனுபவபூர்வமாக உணர்ந்ததாக பிரான்சில் உள்நாட்டுப் போர் நூலில் ஏங்கெல்ஸ் குறிப்பிடுவர். அதேபோல் தான், காலனியாதிக்கத்தை நிறுவும் இறுதிப்போரில் சக போட்டியாளர்களான முதலாளி வர்க்கத்தை ஒரு இணக்கத்தை கடைப்பிடிக்க வேண்டும் என்று பிரெஞ்சுகாரரும் கிழக்கிந்திய கம்பெனியாளரும்; முடிவெடுத்தனர் என்று கூறுலாம்

இன்றைய நோக்கில் சம்புத் தீவு பிரகடனமும் அரசியலும்:

சம்புத் தீவு பிரகடன அறிக்கை வலியுறுத்திய தாலனியாதிக்க எதிர்ப்பை மீறி காலனியாதிக்கம் அதாவது அந்நிய முதலாளி வர்க்க ஆட்சி வலுப்பட்டதையே காண்கிறோம். இதன் மூலம், இயல்பான சுதந்திரமான நிலவுடைமை வர்க்கம் இந்தியாவில் தென்னியந்தியாவில் அதிகாரத்தை தொடர முடியாது என்றபடி அழிக்கப்பட்டதை காண்கிறோம். அதனொடு இயல்பாக வளர்ந்த வணிக முதலாளியமும் வளர முடியாது என்றபடி அழிக்க பட்டதையும் காண்கிறோம்.

அதே நேரத்தில் கம்பெனியின் ஆட்சி அதிகாரத்திற்கு உட்பட்டு படை வைத்துக் கொள்ளாத அனைத்தும் இல்லாத சமீன்தார்கள் என்ற வர்க்கம் உருவாக்கப்பட்டதையும் வரலாற்றில் காண்கிறோம். இவர்கள் கம்பெனி அரசு உருவாக்கிய புதிய வர்க்கம் எனலாம்.

அன்று கிழக்கிந்திய கம்பெனி ஆதிக்கம் இன்று பன்னாட்டுக் கம்பெனிகள் ஆதிக்கமாக வளர்ச்சி பெற்றுள்ளது. இந்தியாவில் முதலாளிய வளர்ச்சி பெற்றுள்ளது. இந்தியாவின் முதலாளிய வளர்ச்சிப் பாதை கிழக்கிந்திய கம்பெனி அடித்தள மிட்ட பாதையே இன்று அந்நிய முதலீடு வழியே முதலாளிய வளர்ச்சி - அதுவும் அதனோடு அனுசரித்துப் போகும் இந்நாட்டு முதலாளிகள் வளர்ச்சி என்பதாக உள்ளது.

கம்பெனி அரசும், அதைத் தொடர்ந்து பிரிட்டிசு வளர்த்;த முதலாளிய வளர்ச்சி, பிரான்சில் நிலவுடைமையை அகற்றியதைப் போல் இல்லாமல் ஒரு வித இணக்கத்தோடு சமூக வளர்ச்சிப பாதை அமைந்தது என்றே கூறலாம். காலனியாதிக்கத்துக்கு உட்பட்டு வளர்ந்த முதலாளி வர்க்கத்தில் சுயநலன் நிறைந்தது. நிலவுடைமை உறவுகளை - கலாச்சாரத்தை உடன் அழிக்காத தனது பொருளாதார சுய நலனை மட்டுமே பெரிதாக கொண்டது எனலாம்.

கிழக்கிந்திய கம்பெனியிடமிருந்து பிரிட்டிசு அவர் வசம் இந்தியாவின் அதிகாரம் கைமாறிய காலமும், தொழிற்துறை முதலாளியும் அதிகாரத்தைக் கைப்பற்றிய காலமும் கிட்டதட்ட சமகாலப் பகுதியாகும்.

பிரிட்டனில் தொழில் துறை அதிகம் வளர்ச்சி சூழலில் தான் இந்தியாவில் நெசவுத் தொழில் அழிந்தது. பருத்தி துணியை உலகிற்கு ஏற்றுமதி செய்த இந்தியா இறக்குமதி செய்யும் நாடாக மாறியது. இது பற்றி கார்ல் மார்க்சு இந்தியாவை பற்றிய கட்டுரையில் கூறுகிறார். துணியை இறக்குமதி செய்யும் நாடாக மாறிய இந்தியாவும் அதே நேரத்தில் பருத்தியை ஏற்றுமதி செய்யும் நாடாகவும், பிரிட்டானியர்கள் மாற்றினர். கச்சாப் பருத்தியை கொள்முதல் செய்து அனுப்பும் ஏசென்ட்களாக இந்திய முதலாளிகள் - தருகு வணிகராக வளர்ந்தனர். விவசாயிகள் நெசவாளிக்கு பருத்தியை விற்ற நிலை மாறி பிரிட்டானியருக்கு தரகு வணிகர் மூலம் பிரிட்டானியருக்கு ஏற்றுமதி செய்வோராக மாறினர். பருத்தி துணிக்கு சாய மிட அவுரி செடியை பயிரிடும் படி பிரிட்டானியர் இந்திய

விவசாயிகளை வலியுறுத்தினர். அவுரி செடியை பயிரிடுவது நிலத்தை அழிப்பதாகும். எனவே அவுரியை பயிரிட மாட்டோம் என இந்தியாவில் கிளர்ச்சி நடந்ததையும் நாம் கவனம் கொள்ள வேண்டும்.

வங்கித்துறை உருவாக்கப்பட்டது 1806 ம் ஆண்டு என குறிப்பிடப்படுகிறது. கல்கத்தா வங்கி தான் முதல் வங்கி எனவும் கூறப்படுகிறது. கல்கத்தா வங்கி துவங்க காரணம் திப்புவை ஒழிக்க எனக் குறிக்கப்படுகிறது.

1936 களில் துவங்கப்பட்ட வங்கி இம்பிரியல் வங்கியாகும். இவ்வங்கி தான் பின்னர் காலத்தில் ரிசர்வ் வங்கியாக மாற்றப்பட்டது. இவ்வங்கி துவங்கப்பட ஹிட்டன்யங் கமிசன் அமெரிக்க லியோ கமிசன் பரிந்துரை முக்கியப் பங்கு வசிக்கிறது. இவ்வங்கி தொடங்கப்பட்டதன்நோக்கம் காலனியாதிக்கத்துக்கு கீழ் முதலாளிய வளர்ச்சியை முன்னெடுப்பதும், இரண்டாம் உலகம் போருக்கு தேவையான நிதியாதாரத்தை திரட்டுவது என்பதையும் கவனம் கொள்ள வேண்டும்.

இரண்டாம் உலகப் போருக்கு பின்னர் அமெரிக்காவின் டாலர் முதன்மை பெற்றது. ஐ எம் எப்ன் உறுப்பினராக பல நாடுகள் இருந்தாலும், அமெரிக்க தலைமையை முதலாளிய நாடுகள் ஏற்றன. ஐ.எம். எப்ன் உறுப்பினராக முன்னாள் காலனி நாடுகள் அங்கம் வகித்தன. இந்நாடுகள் ஒவ்வொரு நாளும் தனது பண மதிப்பு எவ்வளவு என்பதை ஐ எம் எப்ன் உடன் பேசித் தீர்க்க வேண்டும். இந்த நடவடிக்கை, இந்தியாவின் முதலாளிய வளர்ச்சியை கட்டுக்குள் வைப்பது, மறைமுக ஆளுமையைத் தக்க வைப்பது ஆகியனவற்றை உள்ளடக்கியதாக இருக்க வேண்டும்.

1800 - 1900 காலப்பகுதியில் இந்திய முதலாளிகள் பிரிட்டானிண் தொழில் துறை முதலாளிய வளர்ச்சிக்கு அடித்தளமாக கச்சாப் பொருளை சேகரித்து தரும் ஏசென்ட்களாக இந்திய முதலாளிகள் (தரகுத் தன்மை) வளர்க்கப்பட்ட காலமாகும்.

1895 - 1915 காலக்கட்டம் தொழில் துறை முதலாளியம் நிதி மூலதன ஆதிக்கமாக மாறிய காலப்பகுதியாகும். இக்காலக் கட்டத்தில் இந்திய முதலாளிகள் நுகர் பொருள் உற்பத்தி பொருள் செய்வோராக வளர்ந்த காலப்பகுதி ஏகாதிபத்திய நாடுகள் தங்கள் எந்திர சாதனங்கள் உற்பத்தியை தங்கள் வசம் வைத்துக் கொண்டனர். நிதி மூலதன ஆதிக்கம் வலுப் பெற்ற சூழலில் காலனியாதிக்க கொள்கை பொருத்த மற்றதாகியது முதலாளிய நாடுகளுக்கு சந்தை கைமாற வாய்ப்பு இல்லாமல் தங்கள் சந்தை நலனுக்காக உலகப் போரில் ஈடுபட நேரிட்டது. உலகப் போர் சந்தைகளைப் பெற்றுத் தருவதை விட முதலாளிய நாடுகளுக்கு பேரழிவைத் தந்தது. தங்கள் நாட்டின் புரைமைக்க தடுமாறிய நிலையில் காலனி நாடுகளை ஆதிக்கத்தில் வைப்பது சி;க்கலானது. இந்தச் சிக்கலில் இருந்து தவிர்க்கவே விடுதலை என்ற முடிவை எடுத்தது.

ஏகாதிபத்திய நாடுகள் காலனி நாடுகளுக்கு விடுதலை அளிக்க வேண்டிய கட்டாயம் ஏற்பட்டதற்கு முக்கிய காரணம், முதல் மற்றும் இரண்டாம் உலகப் போர் மூலமாக சோசலிச நாடுகள் உருப்பெற்றதே எனலாம்.

காலனி நாடுகள் விடுதலை பெற்றாலும், அந்நாடு மீது மறைமுக ஆதிக்கம் தொடர்வதற்காகவே ஐ. எம்.என் உலக வங்கி, காட், ஐ. நா அமைப்பு (அட்லாண்டிக் சாசனம்) மார்ஷல் திட்டம் ஏற்படுத்தப்பட்டது.

கம்யுனிச அபாயத்திலிருந்து தப்பிக்க முதலாளிய கூட்டுக் உருவாவது தேவை என முதலாளிய நாடு உணர்ந்தன. அதன் தொடர்ச்சியாகவே அமெரிக்க தலைமையில் முதலாளிய நாடுகள் திரண்டதை காண முடிகிறது. நேட்டோ அமைப்பின் தோற்றத்தை காண்க ஐரோப்பாவிற்கு நேட்டோ அமைப்பின் நோக்கம் “ரசியா வெளியே அமெரிக்கா உள்ளே செர்மனி கீழே” என்பதாக அமைந்தது.

மார்ஷல் திட்டம் இரண்டாம் உலகப் போரால் நாசமடைந்த தொழிற்சாலைகள், கல்வி நிறுவனங்கள் சாலை வசதி, இருப்புப்பாதை வசதி ஏற்படுத்தி தருவதே ஆகும். இதற்காக

ஐரோப்பாவிற்கு அமெரிக்கா செலவழித்த தொகை பல இலட்சம் டாலராகும் என்பது குறிப்பிடத்தக்கது.

உலகில் கம்யூனிசம் பரவுவதை தடுப்பது, கம்யூனித்தின் பால் சென்ற நாடுகளை மீட்டமைப்பது என்றபடி முதலாளிய நாடுகள் ஒன்றிணைந்து செயல்படுவதற்கான அமைப்பே ஐ.நா அமைப்பாகும். (அட்லாண்டிக் சாசனம்)

1947 க்கு முன் இந்தியா பிரிட்டனின் காலனியாக இருந்தது 47 க்கு பின் பல முதலாளிய நாடுகள் முதலீடு வர்த்தகம் செய்யும் நாடாக மாறியது ஐரோப்பாவிற்கு அமெரிக்கா உதவியது போல முன்னாள் காலனி நாடுகளுக்கு ரசியா உதவ முன் வந்தது. இது முன்னாள் காலனி நாடுகளுக்கு முதலாளியத்தோடும், சோசலிசத்தோடும் உறவு கொண்டதாக அமைந்தது.

இது இந்தியா போன்ற நாடுகள் பிரிட்டனின் காலனி என்பது போய் பல நாடுகளின் காலனி என்பதாக மாறியது. இதை புதிய காலனி என அழைப்பதே பொருத்தமானது.

முதலாளிய நாடுகள் கூட்டாக செயல்பட்டதன் பயனாக கம்யூனிச நாடுகள் சந்தை பொருளாதாரத்தை ஏற்கும் படி செய்வதில் வெற்றி பெற்றன.

சந்தைப் பொருளாதாரத்தை கம்யூனிச நாடுகள் ஏற்றதால், முதலாளிய நாடுகள் தங்களது பொருளாதார நெருக்கடியை தணிக்க, 1990 களில் உலகமயக் கொள்கையை கொண்டு வந்தன. அதன் நோக்கம் விடுதலைக்கு பின் உருவான அரசு முதலாளியத்தையும், உலகில் எஞ்சிய நிலவுடைமை உற்பத்தியையும் முதலாளிய பொருள் உற்பத்தி கட்டுக் கொண்டு வருவதை ஆகும்.

2016 பண மதிப்பிழப்பு நடவடிக்கைகளை ஜி.எஸ்.டி வரி விதிப்பு நடவடிக்கையும் ஒரு புறம் கிராமப்புற பொருளாதாரத்தை - எஞ்சிய பின்தங்கிய உற்பத்தி முறைகளை அழிப்பதே ஆகும். பன்னாட்டு முதலாளியத்துக்கு சந்தை வாய்ப்பை தருவதே ஆகும்.

உலகமயச் சூழல் ரசிய ஆதரவுடன் செயல்பட்ட இந்தியா அமெரிக்க ஆதரவை நோக்கி நகர்ந்தது. பாகிசுத்தான் அமெரிக்க

ஆதரவு நாடு என்பதை கடந்து சீன ஆதரவு நாடானாதை பார்க்கிறோம்.

2007 அமெரிக்க நிதி நெருக்கடி உலக கனவில் பெரும் பொருளாதார நெருக்கடி மற்றும் முதலாளிய அமைப்பே நீடிக்க முடியாது என்ற நெருக்கடியை நோக்கி நகர்ந்தது. நிதி நெருக்கடி உலகில் நிதியாதிக்க கும்பல்கள் உலக அளவில் ஆதிக்கம் செய்வதை எடுப்பாக காட்டியது.

1990 களுக்கு பின்னால் முதாலாளியம் கூட்டமைப்பாக செயல்படடுவது அதிகரித்துள்ளது. ஜி - 20, ஜி - 8, எனவும் ஐரோப்பியக் கூட்டமைப்பு, தெற்காசிய கூட்டமைப்பு, ஏசியான் அமைப்பு என செயல் படுவதை காண்கிறோம். இது உலகில் கம்யூனிசம் உருவாகி விடாமல் சந்தையை பரஸ்பரம் பங்கீட்டுக் கொள்வதாகவே கருத வேண்டி உள்ளது.

சம்புத்தீவு பிரகடனமும் முதலானிய வளர்ச்சியும் முதலாளியக் கட்சிகள் தோற்றமும்

1801-ல் காலனியாதிக்கத்தை ஒழிப்போம் என்ற புரட்சியாளர்கள் தோல்வி அடைந்தனர். காலனியாதிக்கம் தவிர்க்க இயலாது என்று நிலையில் காலனியாதிக்கத்தை ஏற்ற படிப்படியான முதலாளிய வளர்ச்சி ஏற்பட்டது. அந்த வளர்ச்சியை முன்னெடுப்பதாகவே பல அரசியல் போக்குகள் வெளிப்பட்டன.

இந்திய தேசியம் இந்திய அளவில் வளர்ந்த முதலாளிகள் நலனையும், அதே நேரத்தில் சாதியடிப்படையில் மேல் நிலையில் ஆதிக்கம் செய்த பார்ப்பளர்கள் நலனை வெளிப்படுத்தியது.

பார்ப்பனருக்கு அடுத்த நிலையான மேல் சாதியாக மற்றும் வளர்ந்து வந்த முதலாளிகள் நலன் முன்னெடுப்பதாக நீதிக்கட்சி - திராவிட அரசியல் வெளிப்பட்டதைக் காண்கிறோம்.

1950 களில் வெளிப்பட்ட திமுக அரசியல் திராவிட தமிழ் தேசிய முழக்கமாக அமைந்தது. இது வளர்ந்து வந்த முதலாளிய வர்க்க நலனையும் பிற்படுத்தப்பட்ட சாதியினர் நலனை முன்னிலைப் படுத்தப்பட்டத்தையும் காண்கிறோம்.

1990 களில் இந்திய தேசியம், திராவிட தேசியம் திராவிட தமிழ் தேசியம் எல்லாமே எங்களுக்கு பயன்படவில்லை என்றபடி தலித் அரசியல் போக்கு வெளிப்பட்டதைக் காண்கிறோம்.

இந்திய தேசியம், திராவிட தேசியம், தலித் அரசியல் எல்லாமே உள்நாட்டு சமூக நலனை கவனம் கொள்ளாத பன்னாட்டு முதலாளியத்திற்கு உட்பட்ட வகையில் முதலாளிய வளர்ச்சியை முன்னெடுத்தது என்றே கருத வேண்டி உள்ளது.

சம்புத் தீவு பிரகடனம் சுட்டிய காலனியாதிக்கத்தை எதிர்த்து வளர வேண்டிய சமூக வளர்ச்சி சாத்தியம் இல்லாதது என்பதை அம்பலப்படுத்துகிறது. அதாவது, கிழக்கிந்திய கம்யூனிசம் பன்னாட்டு முதலாளிய எதிர்ப்பை முன்னெடுக்க வேண்டிய தேவையை வெளிப்படுத்துகிறது. எல்லா தேசியங்களும் வர்க்க நலன் சார்ந்தவை. அவை சம்புத்தீவுப் பிரகடனம் முன்வைத்த காலனியாதிக்க எதிர்ப்பைக் கைவிட்ட ஏகாதிபத்திய நாடுகளின் முதலாளிகளின் நலனுடன் இணங்கிப் போன அரசியலையே வெளிப்படுத்துகின்றன. சல்லிக்கட்டு போராட்ட எழுச்சி பன்னாட்டுக் கம்பெனிகளின் எதிர்ப்பையே முன்நிறுத்தியது.

நமது வாழ்க்கை முறையை சமூகக் கட்டமைப்பு பன்னாட்டு முதலாளிகள் அழிக்கின்றனர் என்ற குரல் இருந்தாலும் அவர்களை ஒழிக்க வேண்டும் என்ற குரல் அழுத்தமாக இல்லை. நமது கலாச்சாரத்தை காப்போம் என்பதாகவே சுருங்கிப் போனது.

கிழக்கிந்திய கம்பெனி எதிர்ப்பு பன்னாட்டு கம்பெனி எதிர்ப்பாக மாற வேண்டிய இந்தக் காலகட்டத்தில் நாம் வாழ்கிறோம்.

1801இல் கிழக்கிந்திய கம்பெனி எதிர்ப்புப் போராளிகளின் நமது நாட்டை சமூக கட்டுமானத்தை (சாதியடிப்படையிலான பொருள் உற்பத்தியை) காப்போம் என்றனர். இருநூறு ஆண்டு கால வளர்ச்சி சாதியடிப்படையிலான பொருள் உற்பத்தியைப் படிப்படியாக அழித்து வந்ததையே காண்கிறோம். முதலாளிய உற்பத்தி வளர்ச்சி கலாச்சாரத்தை வளர்த்துள்ளது. ஆனாலும் நமது கடந்த கால சமூகக் கட்டமைப்பு அழிந்தாலும் அதன்

எச்சமாக இருக்கும் கலாச்சாரத்தை காப்போம் என்பதையே முன்நிறுத்துபவர்களாக உள்ளோம்.

சம்புத்தீவுப் பிரகடனமும் இடதுசாரி அரசியலும்

சம்புத் தீவுப் பிரகடனம் காலனியாதிக்க எதிர்ப்பையே பிரதானமாகக் கருதியது. அன்றைய காலச் சூழலில் சமூகக் கட்டமைப்பை பாதுகாப்போம் என்பது சாதி அடிப்படையில் அமைந்த வேலைப்பிரிவினையை கொண்ட தொழில் செய்யும் சாதியினரை அதாவது கைவினைத் தொழிலாளிகளான ஆசாரி, குயவர்களை காப்போம் என்பது பரம்பரை பரம்பரையாக நாட்டை ஆள்வோரை காப்போம் என்பதே ஆகும். இதை சாதிக்க சாதி, மதம், இனம், நாட்டு எல்லை கடந்து ஒரு ஐக்கிய முன்னணியை 1801 சம்புத் தீவுப் பிரகடனப் போராளிகள் முன்னெடுத்தனர். இதை இன்று வர்க்க கண்ணோட்டத்தில் சிறுவுடைமை வர்க்க கண்ணோட்டமே ஆகும்.

இடதுசாரி சிந்தனை நோக்கில் பார்த்தால் காலனியாதிக்க ஆட்சி என்பது முதலாளி வர்க்க ஆட்சி என்பதே ஆகும்.

பிரான்சில் நிலவுடைமை மன்னரை அகற்றி அந்நாட்டின் முதலாளி வர்க்கம் ஆட்சியை பிரகடனப்படுத்தியது. பிரிட்டனில் தோன்றிய முதலாளி வர்க்கம் கிழக்கிந்திய கம்பெனி பிரிட்டன் நிலவுடைமை வர்க்கத்துடன் இணக்கத்தை கடைபிடித்துக் கொண்டே இந்தியாவில் நிலவுடைமை மன்னரை அகற்றியதாக உள்ளது.

கிழக்கிந்திய கம்பெனி எதிர்ப்பு போராளிகளின் இலக்கு கடந்த நோக்கம் உள்நாட்டு முதலாளி வளர்ச்சியை முன்னெடுப்பதே ஆகும். கால வரிசையில் இன்றைக்கு 200 ஆண்டுக்கு முந்தைய நடவடிக்கை ஆகும்.

இந்தியாவில் இடதுசாரி இயக்கம் தொடங்கி நூறாண்டு ஆகப்போகிறது. இந்நிலையிலும் உள்நாட்டு முதலாளிய வளர்ச்சியை வளர்ப்பதாக அமையும் சனநாயகப் புரட்சியே தேவை என்ற குரலை முன் வைக்கின்றனர்.

எம்.எல் இயக்கம், தரகு முதலாளி, தேசிய முதலாளி என்ற கருத்தாக்கத்தை சீனாவின் மாவோவிடமிருந்தே பெற்றுள்ளது. அது இந்திய நிலமைகளிலிருந்து அதாவது இந்திய வரலாற்றிலிருந்து அல்ல என்பது தெளிவு.

1857 புரட்சியைப் பற்றி வர்க்கப் பகுப்பாய்வு செய்தவர் நக்சல்பாரி இயக்கத்தச் சேர்ந்தவரும் பீபிஸ் பவர் பத்திரிகை ஆசிரியருமான ஜே.பி.தீட்சித் எழுதினார். "காலனியாதிக்கத்துக்கு துணை போனவர்கள் நிலவுடைமை, மன்னர்கள் தரகு நிலவுடைமையாளர் என அழைப்பதே சரி என்றார். அவர் ஆய்வுக்கு எடுத்துக் கெண்டது. 1857 எழுச்சியையே ஆகும். அதற்கு 57 ஆண்டுகளுக்கு முன்னர் 1801 புரட்சியை அவர் கவனம் கொள்ளவில்லை. ஆய்வுக்கு எழுத்துக் கொள்ளவில்லை. சுதேசி வணிகர்கள் - வணிக முதலாளியம் எப்படி அழிக்கப்பட்டது என்பதை 1801 புரட்சியை பகுப்பாய்வு செய்தால் மட்டுமே அறிய முடியும். ஆனாலும் ஜே.பி.தீட்சித் கண்ணோட்டம் சமூக விஞ்ஞான வளர்ச்சிப் பார்வையில் ஒரு முன்னேற்றத்தைக் குறிப்பதே ஆகும்.

ஜே.பி. தீட்சித் கண்ணோட்டம், அரைகுறை பார்வையாகவே அமைகிறது. அதன் விளைவாக புதிய சனநாயகப் புரட்சிக் கட்டம் என்ற மாலெ கருத்தாக்கத்தையும் தாண்டவில்லை. தேசிய முதலாளி என்ற கருத்தாக்கத்தையும் தாண்டவில்லை. இதன் காரணமாகவே தேசிய முதலாளிகள் உண்டு என்றால் அது பா.ச. கட்சியே என முடிவுக்கு வரத் தூண்டுகிறது. இந்த முடிவுக்குக் காரணம் நிலவுடைமைக் கலாச்சாரத்தை மதவாதத்தை தூக்கிப் பிடிப்பது தனது வர்க்க நலன் சார்ந்தது என்ற பார்வையிலிருந்து வருவதாகும்.

மக்களிடம் நிலவுடைமைக் கலாச்சாரம் ஊறிப் போயிருப்பது இயல்பான ஒன்றே. அதை பயன்படுத்தத் தூண்டி பாசக வளர்ந்து ஆட்சி அதிகாரத்தை பிடித்துள்ளது. பன்னாட்டு, இந்நாட்டு முதலாளிகளின் நலனை காங்கிரசை விட அளவுக்கு அதிகமாக வெளிப்படுத்துகிறது. இது தரகு முதலாளியக் கண்ணோட்டமே

ஆகும். தேசிய முதலாளியக் கண்ணோட்டம் அல்ல என்பது தெளிவு.

தரகு நிலவுடைமை வளர்ந்த நாட்டில் தரகு முதலாளியமே வளர முடியும். தேசிய முதலாளி வளர வாய்ப்பு இல்லை என்பதே. சுதேசி நிலவுடைமையினர் சுதேசி வணிகரே வாழ முடியாத நாட்டில் தேசிய முதலாளியம் வளர முடியும் எனக் கருதுவது கற்பனாவாதமே தவிர வரலாற்று இயங்கியல் பொருள்முதல்வாதம் அல்ல. இயங்கியல் மற்றும் தர்க்கக் கண்ணோட்டத்திற்கு வாய்ப்பு அளிப்பதும் அல்ல.

இந்த இடதுசாரிகளின் தவறுதான் சி.பி.ஐ, சி.பி.எம் தேர்தல் அரசியலில் பிராந்திய கட்சிகளோடு கூட்டணி வைத்து அழிந்ததற்குக் காரணம். மா.லெ இயக்கமும் கூட தேசிய முதலாளிகளை அணி திரட்டலை சாதிக்க முடியாத மேலும் மேலும் குறுங்குழுவாத தப்பெண்ணத்திற்கு இடமளிப்பதாக அவ்வமைப்பு சிதைவதில் போய் முடிகிறது எனலாம்.

சம்புத் தீவு பிரகடனம் வெளியிட்ட போராளிகள் உள்நாட்டு சுதேசி முதலாளிய வளர்ப்பு என்ற கருத்தை வெளியிட்டது அன்று சரியாக இருக்கலாம் ஆனால் இன்று நடைமுறைக்குப் பொருந்தாது என்பது நிரூபணம் ஆகியுள்ளது. இதையும் எமது கண்ணோட்டம் சரிதான் என்ற முடிவு கருத்தியலாக பேச மட்டுமே வாய்ப்பு அளிக்கும் ஒன்றாகி விட்டது. அதாவது கருத்து முதல்வாத கண்ணோட்டமே என்றாகிறது.

1801 - 2017 வரையிலான காலக்கட்டம் நமக்குத் தெளிவுபடுத்துவது பாட்டாளி வர்க்க தலைமையிலான தேசிய இனவிடுதலை வர்க்க விடுதலை அரசியல் மட்டுமே சரியானது என்பதாகும்.

இன்றைய முதலாளிய வளர்ச்சிப் போக்கானது வர்க்க விடுதலையை திசை திருப்ப இன உணர்வுகளை மத, உணர்வுகளை வளர்த்து அரசியல் போக்காக்குவதே ஆகும். பாட்டாளி வர்க்க தலைமையில் தேசிய இனங்களின் கூட்டமைப்பை முன்னெடுப்பதே ஆகும். வர்க்க விடுதலையை

சர்வதேச அளவில் பல நாடுகள் ஒருங்கிணைந்த கூட்டமைப்பை நிறுவுவத மூலமே சோஷலிசக் கனவுகள் நினைவாகும். தனியொரு தேசயி இனம் மட்டுமே போராடி விடுதலை பெற முடியாது. அதே போல் ஒரு நாட்டின் பாட்டாளி வர்க்கம் மட்டுமே போராடி சோசலிச நாட்டைக் கட்டமைக்க முடியாது என்பதே. பன்னாட்டு, இந்நாட்டு முதலாளிகள் கம்யூனிசத்தை எதிர்ப்பதில் அழிப்பதில் ஒருங்கிணைந்து செயல்படுதைக் காணமுடிகிறது.

கிழக்கிந்திய கம்பெனி எதிர்ப்பு போராளிகள் கனவை நினைவாக்குவது என்றால் பன்னாட்டு, இந்நாட்டு முதலாளியத்திற்கு எதிராக போராடுவதன் மூலமே சாத்தியம்.

பயன்பட்ட நூல்கள்

1. ஆசிரியர் இராசைய்யன்
2. மருது பாண்டியர்கள் வரலாறு, மீ.மனோகரன்
3. மருதுபாண்டியர் பற்றிய பல இணைய தளக் கட்டுரைகள்
4. மருதுபாண்டியர் பற்றிய பல இணைய தளக் கட்டுரைகள்
5. கிழக்கிந்திய கம்பெனி பற்றிய இணைய தளக் கட்டுரைகள்
6. மார்க்சு எங்கெல்சு தேர்வு நூல், 1, 3
7. குடும்பம் தனிச்சொத்து அரசு ஆகியவற்றின் தோற்றம், பி.எங்கெல்சு
8. ஜே.பி.தீட்சித் இந்திய வரலாறு புதிய பார்வை, விஞ்ஞான சோசலிசக் கழகம் வெளியீடு,
9. மெய்யறிவின் வறுமை, மார்க்சு,
10. ஏகாதிபத்தியமும் முதலாளியத்தின் உச்சக்கட்டம்,

மருதுபாண்டியரின் பிரகடனம்

டாக்டர் மு.ராஜேந்திரன், இஆப

சின்ன மருது பாண்டியர், 16.06.1801-இல் ஸ்ரீரங்கம் பிரகடனத்தைவெளியிட்டார். திருச்சியிலிருந்த நவாப் மாளிகையின் கோட்டைச் சுவரிலும் ஸ்ரீரங்கம் ரங்கநாதப் பெருமாள் கோயில் சுவரிலும் பிரகடனம் ஒட்டப்பட்டது. பிரகடனத்தை மிகுந்த கருத்தாழத்தோடு அமைத்திருந்தார். அனைத்து சமூகத்தினரின் நலனையும் உத்தேசித்து எழுப்பப்பட்ட அரசியல் முழக்கமாக பிரகடனம் அமைந்திருந்தது.

நாட்டின் நெருக்கடியான தருணங்களில் அரசு தன் கருத்தை மக்களுக்குத் தெரிவிக்க எடுக்கும் நடைமுறைகளில் ஒன்றுதான்பிரகடனம். பிரகடனம் செய்வது என்பது அரசர்களின், ஆட்சியாளர்களின் மிகப்பெரிய ஜனநாயக நடைமுறையாகும்.

யுத்தத்தில் ஈடுபடும் அரசர்கள், தாங்கள் ஏன் போராடுகிறோம்? என்று தம் மக்களுக்கு விளக்கமாகச் சொல்ல வேண்டும். அப்பொழுதுதான் போராட்டம் வலிமையடையும். மக்களின் உண்மையான ஒத்துழைப்பு அரசருக்குக் கிடைக்கும். போர் வீரர்களுக்கு மக்கள் தங்களால் இயன்ற பங்களிப்பைச் செய்வார்கள். மக்களின் பங்களிப்பில்லாமல் எந்தப் போராட்டமும் வென்றதில்லை.

ஜாதி, மதபேதமின்றி மக்கள் அனைவருக்கும் பொதுவான ஸ்ரீரங்கப் பிரகடனம் மக்களைப்போராளிகளின் பக்கம்

திருப்பியது. ஐரோப்பியர்களுக்கு எதிராக மக்கள் ஒன்றுசேர வேண்டிய அவசியத்தை அதுவரை எந்தப் போராளித் தலைவனும் பிரகடனமாக அறிவித்ததில்லை. ஐரோப்பியர்களுக்கு எதிரான பிரகடனம் என்று சொல்வதின் பொருள் சின்ன மருது சேர்வைக்காரர்ஆங்கிலேயர்களை மட்டுமின்றி பிரெஞ்சு, போர்த்துக்கீசியர்களுக்கும் எதிரான யுத்தத்தை ஆரம்பித்து வைக்கிறார்என்பதை விளக்க வேண்டியதற்காகத்தான்.

திருச்சிக் கோட்டையிலும் ஸ்ரீரங்கம் ரங்கநாதப் பெருமாளின் ஆலயச் சுவரிலும் ஒட்டப்பட்ட பிரகடனம் பொதுமக்களின் கண்களில்பட்டதோ என்னவோ, ஆங்கிலேயர்களின் காதுகளுக்கு உடனடியாகப் போய்ச் சேர்ந்தது. புகைந்துகொண்டிருந்த அவர்களின் வன்மம், காளையார்கோயில் காட்டையே எரித்துவிடக்கூடிய நெருப்பாகக் கொழுந்துவிட்டு எரியத் தொடங்கியது.

சின்ன மருது சேர்வைக்காரரின் திருச்சி பிரகடனம் தென்கிழக்கு ஆசியாவிற்கே ஒரு முன்மாதிரி.

“இந்தப் பிரகடனத்தைப் படிப்பவர்கள் யாராக இருந்தாலும் இதில் உள்ளவற்றை கவனமாகப் படியுங்கள்.

“ஜம்புத்தீவு நாட்டிலும், அதன் தீபகற்பத்திலும், வாழ்கின்ற அனைத்து இனத்தவர்களுக்கும், உள்நாடுகளைச் சேர்ந்தவர்களுக்கும், பிராமணர்கள், சத்திரியர்கள், வைசியர்கள், சூத்திரர்கள் மற்றும் பல சாதிகளாகப் பிளவுபட்டிருக்கும் மக்களுக்கும் முகமதியர்களுக்கும் பொதுவான நலன்களைக் கருத்தில் கொண்டு இந்தப் பிரகடனம் வெளியிடப்படுகிறது.

மரியாதைக்குரிய ஆற்காடு நவாப் முகமது அலி ஆங்கிலேயருக்கு இடமளித்ததால் இந்த மண் இப்போது ‘கைம்மை’ நிலையில் உள்ளது. நேர்மைக்குப் புறம்பாக, ஆற்காடு நவாப்பினுடைய ஆட்சியுரிமையை ஆங்கிலேயர்கள் வஞ்சகமாகக் கைப்பற்றிக் கொண்டனர். உள்நாட்டு மக்களை நாய்களாகக் கருதி கேவலமாக நடத்துகின்றனர். காரணம், நாம் அடிப்படையிலேயே ஜாதி, மதம், ஊர் என்று நமக்குள்ளேயே பிளவுபட்டிருப்பதுதான்.

நமக்குள் ஒற்றுமையையும் நட்பையும் வளர்த்துக் கொள்ளாமல், ஆங்கிலேயர்கள் நம் மத்தியில் ஆடுகின்ற இரட்டை நாடகத்தையும் புரிந்து கொள்ளாமல், நமக்குள் பகைமையை வளர்த்துக் கொள்கிறோம். ஆட்சியையும் ஆங்கிலேயரிடம் ஒப்படைத்துவிட்டோம். ஆங்கிலேயர்கள் என்னும் அதிகார வெறியர்களின் கைகளில் சிக்கிக்கொண்டு மக்களுடைய வாழ்க்கைச் சீரழிந்து வருகிறது. உண்பதற்கு உணவில்லை. தினந்தினம் நடந்தேறும் படுகொலைகளாலும், பயத்தினாலும் மக்கள் நிம்மதி இழந்துள்ளார்கள். துன்பம் துயரங்களுக்கு ஆட்பட்ட போதிலும், அவற்றிலிருந்து விடுபடுவதற்கான வழி அறியாதவர்களாக இருக்கின்றனர்.

பிறந்த மனிதர்கள் எல்லோரும் ஒருநாள் இறந்துதான் ஆகவேண்டும். வாழும் காலத்தில் தங்களின் நற்காரியங்கள் மூலம் அவர்கள் புகழ் பெற்றார்கள் என்றால் சந்திர, சூரியர்கள் உள்ள வரை அந்தப் புகழ் நிலைத்திருக்கும். நாம் நம்முடைய மண்ணையும், மக்களின் வாழ்க்கையும் மீட்டெடுக்கும் நற்காரியத்தில் ஈடுபடுவோம். ஆங்கில ஆட்சியில் இழந்துவிட்ட நம்முடைய மரபான உரிமைகளை மீட்டெடுக்கும் விதத்தில் திட்டங்கள் வகுக்கப்பட்டு உறுதிப்படுத்தப்பட்டுள்ளன.

மரியாதைக்குரிய ஆற்காடு நவாப்பிற்கும், மதுரைதிருமலை நாயக்கருக்கும், தஞ்சாவூர் மராத்திய ராஜாவுக்கும், ஏனைய மன்னர்களுக்கும் அவரவருக்குரிய அரசுரிமை முழுமையாகத் திரும்ப ஒப்படைக்கப்படும். அனைவருக்கும் அவரவர்க்கு உரிய உரிமைகள், சமய நம்பிக்கைகள், மரபு வழிப்பட்ட பழக்க வழக்கங்கள் முறையாகப் பின்பற்ற வழிவகை செய்யப்படும். நவாப்பிற்கு ஆங்கிலேயர்கள் மரியாதை கொடுத்து அடங்கி நடக்க வேண்டும். ஆங்கிலேயருடைய ஆட்சி அதிகாரம் அழித்தொழிக்கப்பட்டுவிட்டால், நவாப்பினுடைய ஆட்சியின்கீழ் நாமும் நிம்மதியாக வாழலாம்.

இந்த மண்ணில் வாழும் ஒவ்வொருவரும் தாம் வாழுகின்ற ஊர்களிலும் பாளையங்களிலும் ஆயுதங்களை ஏந்தி ஒருங்கிணைந்து ஆங்கிலேய இழிபிறவிகளுடைய பெயர்கூட

இம்மண்ணில் இல்லாதபடி அழித்தொழிக்க உறுதி பூண வேண்டும். அப்போதுதான் ஏழை எளியவர்கள் உயிர் வாழ முடியும்.

எச்சில் சோற்றைத் தின்று வாழுகின்ற நாய்களைப் போன்ற ஐரோப்பிய இழிபிறவிகளுக்குக் கீழ்ப்படிந்து உயிர் சுமந்து திரிய, நம் மக்களில் யாரேனும் ஆசைப்படுவார்களானால் அவர்களை வேரோடு கருவறுக்க வேண்டும். அவர்கள் நம்முடன் இருந்துகொண்டே, சூழ்ச்சிகள் செய்து இந்த மண்ணை அடிமைப்படுத்தியுள்ளனர் என்பதை நீங்கள் அறிவீர்கள்.

பிராமணர்கள், சத்திரியர்கள், வைசியர்கள், சூத்திரர்கள், முகமதியர்கள் என்றெல்லாம் பிளவுண்டு, வழி மாறிப் போய் ஆங்கிலேய இழிபிறவிகளுடைய படையில் சுபேதார்கள், அமில்தார்கள், நாயக்குகள், நேட்டிவ்கள், சிப்பாய்கள், பிக்காளிகள் என்ற பட்டங்களைச் சுமந்து அலுத்துப்போய் ஆயுதமேந்திய வல்லவர்களே, உங்களுடைய வீரத்தையும் தீரத்தையும், ஆங்கிலேய இழிபிறவி இனத்தவரில் யாரைக் கண்டாலும், எங்கு கண்டாலும் உடனே அவர்களை வெட்டி வீழ்த்தி வெளிப்படுத்துங்கள். கடைசி வெள்ளையன் வரை வெட்டிச் சாயுங்கள்.

வெள்ளைய இழிபிறவிகளுக்குச் சேவை புரியக்கூடியவன் எவன் இறந்தாலும் அவன் சொர்க்கத்திற்குச் செல்லப் போவதில்லை. அதனை நீங்களும் தெரிந்துகொள்ளுங்கள். வெள்ளையர்களிடம் நம்மைக் காட்டிக் கொடுத்து, நம்மவர்கள் தமது தோள்களிலும் மார்புகளிலும் மாட்டிக்கொண்டு திரிகிற பட்டங்களும், பதக்கங்களும் எமது மறைவிடங்களில் வளரும் மயிருக்குச் சமமானவை. அவர்கள் உண்ணும் உணவு மலம்தான். அவர்களுடைய பெண்டாட்டியும், பிள்ளைகளும் மற்றவர்களுக்கு உரியவர்கள். கூட்டிக்கொடுத்த இந்த இழிபிறவிகளுக்குப் பிறந்தவர்களாக அவர்கள் கருதப்படுவார்கள். ஆகையால் ஆங்கிலேயருடைய ரத்தத்தால் ரத்த நாளங்களிலும் யார் யார் மாசுபடவில்லையோ அவர்களெல்லாம் எங்களோடு ஒன்றிணையுங்கள்.

இந்தப் பிரகடனம் ஆங்காங்கே சுவரொட்டியைப்போல் ஒட்டப்படும். ஒட்டப்பட்ட சுவரொட்டியைப் படிப்போரும், அடுத்தவர்கள் படிப்பதைக் கேட்போரும், தங்களின் நண்பர்களுக்கும் ஏனையோருக்கும் இந்தச் சுவரொட்டியில் கண்ட செய்திகளைப் பரப்புங்கள். இதேபோன்ற சுவரொட்டிகளைத் தயாரித்து பரப்புரை செய்யுங்கள். இப்பிரகடனத்தைப் படித்தப் பிறகும், இதில் கண்ட செய்திகளைப் பரப்புரை செய்யாதவன் கங்கைக் கரையில் காராம் பசுவைக் கொன்ற பாவத்திற்கு ஆளாகி நரகத்தின் அத்தனை சித்தரவதைகளுக்கும் ஆட்படுவான். இந்தப் பணியை மேற்கொள்ளாத முஸ்லீம் இனத்தவன், பன்றியின் ரத்தத்தைக் குடித்த பாவத்திற்கு ஆளாவான்.

இந்தச் சுவரொட்டியை, ஒட்டப்பட்ட சுவற்றிலிருந்து கிழிப்பவன் பஞ்சமா பாதகங்களைப் புரிந்த பாவத்திற்கு ஆளாவான். ஒவ்வொருவரும் இதனைப் படித்து நகலெடுத்துக் கொள்ளுங்கள்."

- இப்படிக்கு

பேரரசர்களின் ஊழியன்

சின்ன மருது பாண்டியன்.

சின்ன மருது ஆங்கில அரசுக்கு எதிராகப் பிரகடனம் அறிவித்ததும், அதை திருச்சிக் கோட்டையிலும், ஸ்ரீரங்கம் கோயில் சுவற்றில் ஒட்டி வைத்ததினாலும் கர்னல் அக்னியூவுக்குக் கடும் கோபம் வந்துவிட்டது.

ஜம்புத்தீவு (இந்திய) மக்களுக்கு சின்ன மருது அறைகூவல் விடுத்தது மிக முக்கியமானது. ஜம்புத்தீவு என்பது பாண்டவர்களின் தலைநகரான அஸ்தினாபுரத்திற்கு அடுத்த ஊர். கி.பி.3-ஆம் நூற்றாண்டில் சமண மதம் இந்தியா முழுவதும் பரவியபோது அஸ்தினாபுரம் சமணத் துறவிகள் விரும்பித் தங்கும் இடமாக மாறிவிட்டது. திரும்பும் இடமெல்லாம் சமண மடங்கள்தான். அதனால் இந்துக்கள் அஸ்தினாபுரத்தைத் தங்களது மதத்தின் தலைநகராக நினைக்கவில்லை.

அஸ்தினாபுரத்தை அடுத்த ஜம்புத்தீவை தங்களது தலைநகராக நினைக்கத் தலைப்பட்டனர். ஜம்பு என்ற வடமொழிக்கு நாவல் மரம் என்று பொருள். மக்கள் தங்களது நாட்டை "ஜம்புத் தீவு" என்றும் "நாவலந் தீவு" என்றும் அழைத்தனர்.

மருது பாண்டியர்கள் இன்னும் வளர்ந்து இந்தியா முழுமையையும் ஒருங்கிணைத்து கம்பெனி ஆட்சியையே நிலைகுலைய வைத்துவிடுவார்கள் என்பதை கர்னல் அக்னியூ நன்றாகவே உணர்ந்திருந்தான். எனவே கர்னல் அக்னியூ பாஞ்சாலங்குறிச்சியில் இருந்து புதுக்கோட்டை தொண்டைமான், திருவிதாங்கூர் அரசர், தஞ்சாவூர் சரபோஜி,ஆற்காடு நவாப், எட்டப்ப நாயக்கர்ஆகியோரின் படைகளுடன் மதுரை திருபுவனம் வழியாக, சிறுவயலை நோக்கிப் படையெடுத்தான். வழிமுழுக்க ஆங்கிலேயப் படையை எதிர்த்த விடுதலை வீரர்களை அந்தந்த ஊரிலேயே வீழ்த்திவிட்டு, சிறுவயலையும் வீழ்த்திய அக்னியூ, காளையார்கோயில் போரைத் தொடங்கி, மருது பாண்டியர்களை வீழ்த்துவதற்காக இறுதிப் போரைத் தொடங்கினான்.

கர்னல் அக்னியூவின் வெற்றியே கம்பெனியின் வெற்றி என்பதைத் தெளிவாக அறிந்திருந்த கவர்னர் எட்வர்ட் கிளைவ், (ராபர்ட் கிளைவ்வின் மகன்) கர்னல் அக்னியூவுக்கு வானளாவ அதிகாரம் அளித்திருந்தார். கர்னல் அக்னியூவிற்கு மேலதிகாரியாக ஜெனரல் பிராத் வெயிட் இருந்தாலும், கர்னல் அக்னியூவிற்கு முழு அதிகாரம் வழங்கினார். ஜெனரல் பிராத் வெயிட்டின் பணி, கர்னல் அக்னியூ கேட்கும் உதவிகளைச் செய்து தருவது மட்டுமே. அக்னியூவின் அதிகாரத்தை சிவகங்கை மக்களிடம் அறிவிக்க, இதற்கு முன் எந்த கவர்னரும் செய்யாத ஒன்றையும் கவர்னர் எட்வர்ட் கிளைவ் செய்தார்.

திப்பு சுல்தான் ஆங்கிலேயர்களுக்கு எதிராக கலகம் செய்திருந்தாலும், கவர்னர் எட்வர்ட் கிளைவ், திப்புவிற்கு எதிராகஎந்தப் பிரகடனமும் செய்யவில்லை. திப்பு சுல்தானுக்கே செய்யாமல் விட்டதை மருது பாண்டியர்கள் விசயத்தில் செய்ய கவர்னர் எட்வர்ட் கிளைவ் முடிவு செய்தார்.

12.06.1801-இல் மருதுபாண்டியரின் பிரகடனம் வெளியிடப்பட்ட அதே காலத்தில்மரபை மீறி கவர்னர் எட்வர்ட் கிளைவும் ஒரு பிரகடனம் வெளியிட்டார். அந்தப் பிரகடனத்தில் புரட்சியாளர்களுக்கு மிரட்டல்களையும் மக்களுக்குச் சலுகைகளையும் அறிவித்தார். கவர்னர் எட்வர்ட் கிளைவ்வின் பிரகடனம் ....

"சசிவர்ணத் தேவர் தன்னுடைய தனிப்பட்ட திறமையினால் பெரும் பெயர் பெற்றார். அவருடைய சேவைக்காக சிவகங்கையின் ஜமீன்தாராகப் பதவி உயர்த்தப்பட்டார். அவருக்கு அடுத்து அவரது ஒரே மகன் வடுகநாதத் தேவர் சிவகங்கை ஜமீனைப் பெற்றார். இவர் காளையார்கோயிலில் நடந்தப் போரில் கொல்லப்பட்டார். இவரது மனைவி வேலு நாச்சியார் தனது ஒரே பெண் மகளுடன் விருப்பாச்சிக் காடுகளுக்குத் தப்பித்துச் சென்றார். சிவகங்கைமீது அதிகாரமுள்ள கர்நாடக நவாப்பின் ஆதரவால் விதவை மனைவி வேலு நாச்சியார் மீண்டும் சிவகங்கை ஜமீனை அடைந்தார். (கவர்னர் சொல்லும் பெரும் பொய்) அவரது மகள் வெள்ளச்சி நாச்சியார் வெங்கம் பெரிய உடையணத் தேவருக்குத் திருமணம் முடித்து வைக்கப்பட்டார். வெங்கம் பெரிய உடையணத் தேவர் மூலம் வெள்ளச்சி ஒரு பெண்ணைப் பெற்றெடுத்தாள். அந்தக் குழந்தையும் செத்துப் போய்விட்டது. சில ஆண்டுகளிலேயே வெள்ளச்சியின் அன்னையும் முத்து வடுகநாதத் தேவரின் விதவை மனைவியுமான வேலு நாச்சியார் காலமாகிவிட்டார். இப்போது சிவகங்கையின் முதல் ஜமீன்தார் சசிவர்ணத் தேவரின் வாரிசுகள் யாருமில்லை என்ற நிலை வந்துவிட்டது. (வேலு நாச்சியார் இறந்து 6 வருடங்கள் அமைதிகாத்த கம்பெனி முதல்முறையாக சிவகங்கைக்கு வாரிசுகள் இல்லையென்று அறிவிக்கிறது) சிவகங்கை ஜமீன்தாரருக்குரிய பரம்பரைப் பாத்தியதை காலாவதியாகி விட்டது. சிவகங்கை ஜமீன்தாரி எந்தக் கொள்கைகளின் அடிப்படையில் உருவாக்கப்பட்டதோ அதே அடிப்படையில் நவாப்பிற்கே அதிகாரம் இப்போது திரும்ப வந்துவிட்டது.

சிவகங்கை ஜமீன்தாரி கர்நாடக நவாப்பின் ஆதிக்கத்திற்குக் கட்டுப்பட்டிருப்பதால், சிவகங்கையின் ஆட்சியாளர்கள், உயர்குடி பிரபுக்கள்,குடிமக்கள் அனைவரும் கர்நாடக நவாப்பிற்கு கட்டுப்பட்டவர்கள். சிவகங்கையின் முதல் ஜமீன்தார் சசிவர்ணத் தேவர், நவாப் சதத் அலிகானால் ஆதரிக்கப் பட்டு ஜமீன்தாராக நியமிக்கப்பட்டவர், நவாப் சதத் அலிகானால் பாளையத் தலைவராக உயர்த்தப்பட்டவர். (இதுவும் தவறு.ராமநாதபுரம் கட்டயத்தேவர் சிவகங்கை சசிவர்ணத் தேவர் உடன் படிக்கையின்படி சசிவர்ணத் தேவர் சிவகங்கை அரசரானார்) சசிவர்ணத்தேவரும் அவரது சந்ததியினரும் கர்நாடகத்தின் நவாப் மற்றும் அவரது வம்சா வழியினருக்குக் கட்டுப்பட்டவர்களாகிறார்கள். கர்நாடகத்தின் இறையாண்மைக் குரிய நவாப்பிற்கும், பிரிட்டிஷ் அரசுக்கும் நீண்ட நாட்களாக உள்ள உறவின் காரணமாக கர்நாடகம், அதன் பொறுப்பில் உள்ள பகுதிகளைக் காக்கும் பொறுப்பு மாண்புமிகு கும்பினியாரின் படைக்கு வந்துவிட்டது. 1792 ஆம் ஆண்டு ஜூலை மாதம் 12 - ஆம் தேதியில் ஏற்பட்ட அந்த ஒப்பந்தம் தற்போது நடைமுறையில் உள்ளது. ஒப்பந்தத்தில் உள்ள நிபந்தனைகளின் படி, சிவகங்கை ஜமீன்தாரி உட்பட மற்ற பாளையங்களின்மீது ஆதிக்கம் செலுத்தும் அதிகாரமும் ஜமீன்தாரர்களிடமிருந்தும் பாளையக்காரர்களிட மிருந்தும் பேஷ்குஷ், கிஸ்தியை வசூலிக்கவும், பாளையக்காரர்கள் கிஸ்தி கட்டவில்லையென்றால் கட்டாய வரி விதித்து அதை வசூலித்து எடுத்துக் கொள்ளவுமான உரிமையும் இறந்துபோன வாலாஜா நவாப்பினால் மாண்புமிகு கும்பினியாருக்கு நிரந்தரமாக மாற்றப்பட்டு விட்டது. அந்த ஒப்பந்தத்தின் அடிப்படையில் சிவகங்கையிடமிருந்தும் மற்ற பாளையங்களிட மிருந்தும்,மாண்புமிகு கும்பினி பேஷ்குஷ் வசூலிக்கத் தொடங்கியுள்ளது.

ஒப்பந்தம் மூலம் கிடைத்த உரிமைகளின்படியும், தொடர்ந்துஆட்சியதிகாரம் செலுத்தி வருகின்ற முறையின் காரணமாகவும் மாண்புமிகு கும்பினி, சிவகங்கை உட்பட பாளையச்சீமைகளின் பேரில் சட்டப்பூர்வ இறையாண்மை உடையதாகும். இதன் காரணமாக தற்போது வாரிசின்றி

பறிமுதலாகியுள்ள சிவகங்கை ஜமீன்தாரியை தனது விருப்பப்படி எதுவும் செய்ய மாண்புமிகு கும்பினிக்கு முழு அதிகாரம் கிடைத்துவிட்டது. (பிரகடனம் ஆரம்பத்தில் சிவகங்கை சீமை ஆற்காடு நவாப்பிற்கு என்று சொல்லிவிட்டு, பிரகடனத்தின் நடுவில் சிவகங்கைச் சீமை கம்பெனிக்கு உரியது என்கிறது)

வெள்ளை மருது, சின்ன மருது சகோதரர்களின் தந்திரமான நடவடிக்கைகளினால் சில காலம் கம்பெனியின் அதிகாரம் தடைபட்டிருந்தது. முத்துவடுகநாதத் தேவரின் விதவை மனைவி வேலு நாச்சியார் கைக்குழந்தையுடன் சிவகங்கையைவிட்டுச் சென்றபோது வெள்ளை மருதுவும் சின்ன மருதுவும் பணியாளர்கள் என்ற தகுதியில் மட்டுமே வேலு நாச்சியாருடன் சென்றனர்.

அவர்கள் சிவகங்கைத் திரும்பி வந்ததும் அரசியின் நிர்வாகத்தில் பிரதான அமைச்சர்களாகிவிட்டனர். ஒரு பெண் ஆட்சிப் பொறுப்பில் இருப்பதில் உள்ள பலகீனத்தைப் பயன்படுத்திக்கொண்டு அரசியின் குடும்ப வழியினரான நாலுகோட்டைக் குடும்பத்தினர் மீதும் அக்குடும்பத்தின் பங்காளிகள், தாயாதிகள் மீதும் சிவகங்கை நகரில் வாழ்பவர்கள் மீதும் மருது சகோதரர்கள் கொடுங்கோண்மையையும் எதேச்சாதிகாரத்தையும் பயன்படுத்தினார்கள்.

நாலுகோட்டைக் குடும்ப வழியினரின் கடைசி அரசியாக இருந்த வெள்ளச்சி இறந்தபின், வெள்ளை மருதுவும் சின்ன மருதுவும் சில ஏமாந்த குடிமக்களின் ஒத்துழைப்பைத் தங்கள் தீயசெயலுக்குப் பயன்படுத்தி அதிகாரத்தைப் பறித்துக் கொண்டனர். பெற்ற அதிகாரத்தை நிரந்தரமாகத்தக்க வைத்துக் கொள்வதற்காக கும்பினியாரின் ஆயுத பலத்தை எதிர்க்கவும் சிவகங்கையை அழிக்கவும் மக்களைத் துயரத்தில் ஆழ்த்தவும் எவ்வித பயமுமின்றி ஆங்கிலேயருக்கு எதிராகக்கலகத்தில் இறங்கியுள்ளனர்.

சிவகங்கை ஜமீன்தாரியின் விவகாரங்களுக்குத் தீர்வுகாணும் பொருட்டு முதல் ஜமீன்தாராகிய சசிவர்ணத் தேவரது முன்னோரின் ஒரு கிளையில் வந்த படமாத்தூர் உடையணத்

தேவரை சிவகங்கையின் ஜமீன்தாராகத் தேர்ந்தெடுத்து ஒரு புது பதவியை (இஸ்திமிரார்) என்ற பதவி உருவாக்கி அவரை அதில் நியமனம் செய்வதில் கும்பினி மகிழ்ச்சியடைகிறது. மேற்படி படமாத்தூர் உடையணத் தேவரை மட்டுமே உண்மையான, சட்டப்படியான, அதிகாரமும் உரிமையும் உடைய சிவகங்கை ஜமீன்தாராக ஏற்று மதிக்கும்படி சிவகங்கை மக்களை கவர்னராகிய நான் கேட்டுக்கொள்கிறேன்.

சிவகங்கைச் சீமையின் ஜமீன்தாரை நியமிக்கும் அதிகாரத்தையும் உரிமையையும் பயன்படுத்த மேதகு ஆளுநர் முற்படுகையில் முதல் ஜமீன்தாரான சசிவர்ணத் தேவரின் வம்சாவழியில் வந்த வெங்கம் பெரிய உடையணத் தேவரின் கோரிக்கைகளையும் பரிசீலனை செய்தார். ஆனால் வெங்கம் பெரிய உடையணத் தேவர் தம்முடைய நலன்கள், தம் குடும்பத்திற்கெதிரான எதிராளியும், அடிமைகளுமான வெள்ளை மருது, சின்ன மருதுவுடன் சேர்ந்து கொண்டு வெள்ளை மருதுவின் மகளை மணந்ததன் மூலம் தன்னுடைய மத ஆச்சாரத்தையும் குடும்ப கண்ணியத்தையும் மீறிவிட்டார். கும்பினி அதிகாரத்தை எதிர்த்துக்கொண்டு வெள்ளை மருது சின்ன மருதுவுடன் சேர்ந்து தற்போது ஆயுதமேந்திவிட்டதால், மேற்படி வெங்கம் பெரிய உடையணத் தேவர் சிவகங்கை ஜமீன்தார் பதவிக்கு இப்போது மட்டுமல்ல, இனி எப்போதும் உரிமைகோரத் தகுதி இழந்தவராகிறார் என்று முறையாகவும் பகிங்கரமாகவும் அறிவிக்கிறேன்.

வெள்ளை மருது, சின்ன மருது, வெங்கம் பெரிய உடையணத் தேவர் ஆகியோர் பகிரங்கரமான எதிர்ப்பெழுச்சியைத் தூண்டியிருப்பதால் மேற்படி மருது பாண்டியர்களின் அதிகார அபகரிப்பை அடக்கவும் சிவகங்கை ஜமீன்தாரின் சட்டப்படியான அதிகாரத்தை நிலைநாட்டவும் இராணுவ நடவடிக்கை தேவைப்படுவதால் லெப்டினென்ட் கர்னல் அக்னியூ தலைமையில் ஒரு பெரும் படை கொண்டு வரப்பட்டுள்ளது. மேதகு ஆளுநர் சிவகங்கை மக்களுக்குத் தெரிவிப்பது என்னவென்றால், கையில் ஆயுதமேந்தியோ, பிரிட்டிஷ் அரசின் அதிகாரத்தையும் கௌரவத்தையும் கண்ணியத்தையும்

எந்தவொரு வகையில் எதிர்த்தோ செயல்படுகிற எவரையும் தண்டிக்கிற அதிகாரத்தையும் தேவைப்பட்டால், மரண தண்டனை அளிக்கின்ற முழு அதிகாரமும் லெப்டினென்ட் கர்னல் அக்னியூவிற்கு வழங்கப்படுகிறது.

வெள்ளை மருது, சின்ன மருதுவின் எதிர்ப்பை ஒடுக்கவும், சிவகங்கை ஜமீன்தாரின் உரிமையை நிலைநாட்டவும் லெப்டினென்ட் கர்னல் அக்னியூ தலைமையிலான ராணுவம் கொண்டு வரப்பட்டிருப்பதை சிவகங்கையில் வாழ்பவர்கள் தெரிந்திருப்பார்கள். தென் மாநிலங்களில் அண்மையில் எதிர்ப்பாளர்களை ஒடுக்க பலமுறை கும்பினி எடுத்த கடுமையான நடவடிக்கைகள் சிவகங்கை மக்களுக்குத் தெரியாமலிருக்க முடியாது. எத்தனையோ கிளர்ச்சிகளை அடக்கிய பிறகு, அதில் ஒன்றான சிவகங்கையிலும், ஆட்சி அதிகாரப் பறிப்பு செய்துள்ள மருது சகோதரர்களின் எதிர்ப்பெழுச்சி கும்பினியின் வலிமையான படை முன்பு வெற்றி பெறும் என்று யாரும் எதிர்பார்க்க முடியாது.

ஆகையினால் சட்டப்பூர்வ ஜமீன்தாரின் அதிகாரங்களைப் பறித்துக் கொண்டிருக்கும் வெள்ளை மருது, சின்ன மருது இருவரின் கொள்கையை ஆதரிக்கும் செயலைக் கைவிட வில்லையென்றால் சிவகங்கை மக்கள் தமக்கும் தமது குடும்பத்தினரும் எதிர்கொள்ள நேரிடும் ஆபத்தினை, விளைவுகளைக் குறித்து இந்த நேரத்தில் எச்சரிக்கிறேன்.

தனி நபர் சொத்துரிமைக்கும் சமய வழக்கங்களுக்கும் பிரிட்டிஷ் அரசு பாதுகாப்புத் தரும். அன்றாட வாழ்வைப் பாதுகாக்கவும், மீண்டும் பழையபடி தொடங்கவும் சட்டப் பூர்வமான சிவகங்கை ஜமீன்தாருக்கு விசுவாசமாக இருக்கவும், தமது தவறைத் திருத்திக்கொள்ளவும் இன்னமும் காலம் இருக்கிறது என்று சிவகங்கை மக்களை இப்பிரகடனத்தின் மூலம் தெரியப்படுத்திக்கொள்கிறேன்."

கவர்னர் எட்வர்ட் கிளைவ்வின் இந்தப் பிரகடனத்தின் மூலம் தளபதி கர்னல் அக்னியூவிற்கு கம்பெனி முழு அதிகாரம் கொடுத்துள்ளதைப் பாளையக்காரர்களும், பொதுமக்களும்

புரிந்து கொண்டனர். கவர்னர் எட்வர்ட் கிளைவ்வின் பிரகடனம் போராளிகளின் எழுச்சிக்கு வேகம் கொடுத்தது. துரோகிகளுக்கு, வாய்ப்புகளை உருவாக்கியது.

இந்தியா உள்ளிட்ட ஆசிய நாடுகளில் முதன்முறையாக பிரகடனம் வெளியிட்டது சின்ன மருது சேர்வைக்காரர் மட்டுமே.கவர்னர் அறிக்கை வெளியிட்ட நான்காவது நாளில் *(16.06.1801)* மருது பாண்டியரின் பிரகடனம் திருச்சி கோட்டைச் சுவரிலும், ஸ்ரீரங்கம் கோயில் சுவரிலும் ஒட்டப்பட்டது. மருது பாண்டியரின் சமகாலத்தவரும், மருது பாண்டியரைவிட பெரும் நிலப்பரப்பை ஆண்டவருமான திப்பு சுல்தான்கூட பிரகடனம் ஏதும் வெளியிட்டதில்லை. திப்பு விஷயத்தில் கிழக்கிந்தியக் கம்பெனியும் எந்தப் பிரகடனமும் செய்து மக்களுக்கு எந்தத் தகவலும் தெரிவிக்கவில்லை.

உலக வரலாற்றில் மருது பாண்டியர்களைப் போல பிரகடனம் செய்த இரண்டு தேசங்கள் இருக்கின்றன. மருது பாண்டியரின் பிரகடனத்திற்கு 37 ஆண்டுகளுக்கு முன்பு இங்கிலாந்தும் 25 ஆண்டுகளுக்கு முன்பு அமெரிக்காவும் பிரகடனங்கள் செய்திருக்கின்றன.

இங்கிலாந்து 1763-இல் ஒரு பிரகடனத்தை வெளியிட்டது.பிரான்சு உடனான ஏழு ஆண்டுகள் யுத்தம் முடிவடைந்த நேரம் அது. இங்கிலாந்தின் அரசர் மூன்றாம் ஜார்ஜ், பிரான்சின் மீதான போர் நடவடிக்கையைக் கைவிட்டதாக அறிவித்தார். 07.10.1763 அன்று இங்கிலாந்து அரசர் ஜார்ஜ் ஒரு பிரகடனத்தை வெளியிட்டார்.அமெரிக்கக் குடியேறிகளுக்கும் பூர்வகுடிகளான செவ்விந்தியர்களுக்கும் உரசல்கள் நடந்த காலம் அது. தங்கள் விவகாரத்தில் இங்கிலாந்துநுழைந்து சட்டாம்பிள்ளைத்தனம் செய்வதாக அமெரிக்கர்கள் நம்பினர். வட அமெரிக்காவைஆளுகைக்கு உட்பட்டபகுதி என்று அறிவித்த இங்கிலாந்து, தனது எதிரி நாடான பிரான்சு இனிமேல் தனது கட்டுப்பாட்டிலுள்ள அமெரிக்காவில் எந்த உரிமையும் கோரக்கூடாது என்று எச்சரித்தது. முழு அமெரிக்காவிற்கும்எஜமானாக இங்கிலாந்து

மாறிய தருணமது. குடியேறிகள் யாரும் அப்பலாச்சியா மலைகளுக்கு (Appalachia) மேற்கே குடியேறக்கூடாது என்று எச்சரித்தது. காலனி ஆதிக்கச் சக்தியான இங்கிலாந்தின் எச்சரிக்கை அமெரிக்கக்குடியேறிகளுக்கு எரிச்சலூட்டியது. எச்சரிக்கை செய்வதற்குமுன்பே மேற்கில் குடியேறி இருந்த அமெரிக்கர்கள் அப்பலாச்சியா மலைக்குக் கிழக்கே செல்ல கட்டாயப்படுத்தப் பட்டனர். வெந்த புண்ணில் வேல் பாய்ச்சுவதுபோல சில கூடுதல் வரிகளையும் இந்தக் காலக்கட்டத்தில் பிரிட்டிஷ் ஏகாதிபத்தியம் அமெரிக்கக்குடியேறிகள் மீது சுமத்தியது. 1764 ஆம் ஆண்டு ஏப்ரல் மாதம் அமெரிக்காவில் சர்க்கரை மீது கூடுதல் வரியை இங்கிலாந்து விதித்தது.

01.11.1765-இல் அமெரிக்காவிலுள்ள சொத்துக்கள் குறித்த புதிய வரிகளை இங்கிலாந்து விதித்தது. கப்பலில் பயன்படுத்தும் காகிதங்கள், நிலம்சம்பந்தமான காகிதங்கள், செய்திப் பத்திரிகைகள், சீட்டுக் கட்டுகள், திருமணச் சான்றுகள் என்று அனைத்து அச்சடிக்கப்பட்ட காகிதங்கள்மீதும் இங்கிலாந்து அரசு வரி விதித்தது. வரியை வெள்ளிக்கட்டிகளாக வழங்க வேண்டும் என்ற நிர்பந்தம் வேறு.

விடுதலை மைந்தர்கள் (Sons of Liberty) என்ற ரகசிய அமைப்பு அமெரிக்காவின் பதின்மூன்று மாநிலங்களிலும் உருவானது. அமெரிக்கக் குடியேறிகளுக்குத் தாய்நாட்டின்மீது வெறுப்பு அதிகமாகியது. இங்கிலாந்து பாராளுமன்றத்தில் தங்களது கருத்தை வலியுறுத்த மக்கள் பிரதிநிதிகள் வேண்டும் என்று அமெரிக்கர்கள் வற்புறுத்தினர். "வரி விதிக்காதே, வரிவிதிப்பதற்கு முன்பு பிரதிநிதித்துவம் கொடு" என்ற கோரிக்கை வலுப்பட்டது. பாஸ்டன் நகரிலுள்ள அரசர் தெருவில் 05.03.1770-இல், பிரிட்டிஷ் ராணுவம் ஐந்து ஆர்ப்பாட்டக் காரர்களைச் சுட்டு வீழ்த்தியது. இதற்கு பதிலடியாக பாஸ்டன் துறைமுகத்தில் நிறுத்தப்பட்டிருந்த கப்பலுக்குள் புகுந்த சாமுவேல் ஆடம்ஸ் என்ற விடுதலை மைந்தர்கள் அமைப்பைச் சேர்ந்த குழுவினர்கப்பலிலிருந்து 342 மரப்பெட்டிகளிலிருந்த டீத்தூளைக்கடலுக்குள் வீசினர். இதுவே தாய்நாடான இங்கிலாந்திற்கு எதிராக அமெரிக்காவில் நடந்த முதல் கலகமாகும்.

அமெரிக்காவிற்கும் பிரிட்டனுக்கும் போர் மூண்டது. பிரிட்டிஷ் தளபதி கார்ன் வாலீஸ் யார்க்டவுனில் 8000 பிரிட்டிஷ் வீரர்களுடன் 19.10.1781-இல் அமெரிக்கக் கூட்டுப்படைகளிடம் சரணடைந்தார்.

24.3.1765-இல் குவார்ட்டரிங் சட்டம் கொண்டுவரப்பட்டது. இதன்படி அமெரிக்க விடுதிகளிலும், குதிரை லாயங்களிலும், பீர் கடைகளிலும் ஒயின் விற்பவர்களின் வீடுகளிலும் பிரிட்டிஷ் ராணுவ வீரர்கள் விரும்பும்போது இலவசமாகத் தங்க அனுமதிக்கவேண்டும் என்ற சட்டத்தை இங்கிலாந்து இயற்றியது.

அமெரிக்காவில் தேயிலை வியாபாரத்தில் இங்கிலாந்து அரசு மட்டுமே ஈடுபடும் என்ற யதேச்சிகார முடிவை 10.5.1773-இல் அறிவித்தது.

புதிய தேசமான அமெரிக்காவில் குடியேறியவர்கள் தங்களது தாய்நாட்டின் கொடுமைகளை 150 ஆண்டுகள் பொறுத்துக் கொண்டனர்.பிரிட்டிஷ்காரர்களின் வழித் தோன்றல்கள் என்று நினைத்துக்கொண்ட அமெரிக்கர்களுக்குஇது போன்று தாய்நாடு அடுத்தடுத்த எடுத்த நடவடிக்கைகள் வெறுப்பைக் கொடுத்தன.

07.10.1763-இல் இங்கிலாந்து அரசர் வெளியிட்ட பிரகடனத்திற்கு எதிர்ப்பு தெரிவித்து 13 ஆண்டுகள் கழித்து 04.07.1776-இல் 13 அமெரிக்க மாநிலங்கள் சார்பில் அமெரிக்கச் சுதந்திர பிரகடனம் வெளியிடப்பட்டது.அமெரிக்கப் பிரகடனம், சின்ன மருதுவின் பிரகடனத்திற்கு இருபத்தி ஐந்து வருடங்களுக்கு முன்பாக வெளியிடப்பட்டாலும் அதில் குறைபாடுகள் அதிகம். 4.7.1776-இல்வெளியிடப்பட்ட அமெரிக்கப் பிரகடனத்தை முழுவதுமாகப் படித்தால் தான் சின்ன மருதுவின் பிரகடனத்தின் பெருமை அறிய முடியும்.

அமெரிக்க சுதந்திர(த்தின்) அறிக்கை

மகா சபையில், ஜுலை 4, 1776

பதிமூன்று அமெரிக்க ஐக்கிய நாடுகளின் ஒருமித்த அறிக்கை

“மனித இனத்தில் நடக்கும் நிகழ்வுகளில், ஓர் இனத்தை மற்றொரு இனம் அரசியல் கட்டுப்பாட்டிற்குள் வைத்திருப்பதை விலக்கிக் கொள்ள முயல்வது என்பது தவிர்க்க முடியாத ஒன்று. இது இயற்கையின் விதிகளின்படி, இயற்கையைப் படைத்த

இறைவன் அளித்த உரிமையின்படி, மனித இனம் எதிர்பார்க்கும் மரியாதைஅனைத்து மனிதர்களும் சமமாகவே படைக்கப் பட்டார்கள். தங்களைப் படைத்தவன் அளித்த, ஏற்றுக் கொள்ளத்தக்க உரிமைகளைக் கொடுத்திருக்கிறார் என்ற உண்மையை அதாவது வாழ்க்கை, சுதந்திரம் மற்றும் இடை விடாத மகிழ்ச்சி ஆகியவை இந்த உரிமைகளில் அடங்கும், இந்த உரிமைகளைப் பெறுவதற்கு, அரசாங்கம் என்ற ஓர் அமைப்பு நிறுவப்பட்டது. புதிய அரசை நிறுவுவது, அதற்காகச் சிறந்த கொள்கைகளுடனான அடித்தளத்தை அமைப்பது, மனித இனத்தின் பாதுகாப்பு மற்றும் மகிழ்ச்சியை ஏற்படுத்திக் கொள்வது ஆகியவை தான் அவர்களுடைய எதிர்பார்ப்பு களாகும். சர்வாதிகார ஆளுமையின்கீழ் உள்ள அரசாங்கத்தைத் தூக்கி எறிவது அவர்களின் உரிமை, அவர்களின் கடமை. ஆனால், காலனிகள் (அமெரிக்கா, கனடா) மிகவும் சகிப்புத் தன்மையுடன் இருந்து கொண்டிருக்கின்றன. அரசாங்கம் என்ற அமைப்பை மாற்றுவது அவசியம் என்று அவர்களின் மனம் கட்டாயப்படுத்துகிறது. இப்போதுள்ள கிரேட் பிரிட்டனுடைய அரசனின் வரலாறு, மீண்டும் துன்பத்தை ஏற்படுத்துவதாகவும், தகாத வழியில் அரசைக் கைப்பற்றிய வரலாறாகவும் இருக்கிறது. காலனிய நாடுகளின்மீது நேரடியான முழுமையான கொடுங்கோன்மை ஆட்சியை வழங்கிக் கொண்டிருக்கிறது.

கிரேட் பிரிட்டனின் அரசர் மக்களின் மிகவும் அத்தியாவசியமான, மிக முழுமையான சட்டத்திற்கு இணங்கி நடக்க மறுத்து விட்டார்.

அவர் உடனடித் தேவையான, அவசியமான முன்னுரிமை அளிக்கப்பட வேண்டிய சட்டங்களை நிறைவேற்ற அவரது கவர்னர்களை அனுமதிக்கவில்லை. அவரது அனுமதி கிடைக்கும் வரை கவர்னர்களின் செயல்பாடுகளை நிறுத்தி வைத்து விட்டார். அப்படி நிறுத்தி வைத்தபோது, அவற்றின்மீது கவனம் செலுத்தாமல் முற்றிலுமாகத் தள்ளி வைத்து விட்டார். பெரிய மாநிலங்களின் பிரதிநிதிகளின் உரிமைகள் மதிக்கப்பட வில்லை. அந்த மக்கள் பிரதிநிதிகள் சட்டங்களை நிறைவேற்றுவதில் பங்கெடுத்துக்கொள்ள அனுமதியை மறுத்தார்.

அவர், மக்கள் பிரதிநிதிகளை வழக்கத்திற்கு மாறான இடங்களுக்கும், வசதியற்ற இடங்களுக்கும், ஆவணக் களஞ்சியங்களுக்கும் வெகுதூரத்திற்கும் வரவழைத்தார். அவர்களைக் களைப்படையச் செய்வதும், அவர்களுடைய நடவடிக்கைகளுக்கு உடன்பாடில்லாதவாறு செய்வதும் அவருடைய நோக்கமாகும்.

அவர் மக்களின் உரிமைகளைத் தடைசெய்வதற்காக, தொடர்ந்து பிரதிநிதித்துவ மன்றங்கள் கூடுவதை தடுத்தார்.

காலி இடங்களுக்கு மற்றவர்கள் தேர்ந்தெடுக்கப்படுவதை நீண்ட காலமாக மறுத்து வந்தார். மக்கள் அதிகாரத்தைப் பொருத்தவரை அவர்கள் மக்களுக்காக எதையும் செய்யத் தகுதியற்றவர்கள் என்று கூறி அந்த மன்றங்களை நிர்மூலமாக்குவதற்கான நடவடிக்கைதான் இது.

அவர் இந்த காலனி நாடுகளின் மக்கள் தொகை அதிகரிப்பைத் தடுக்க முயற்சி செய்தார். அதற்காக வெளியிலிருந்து மக்கள் குடியேறும் சட்டத்தைத் தடை செய்தார்.

அவர், நீதி வழங்கும் சட்டங்களைத் தடை செய்வதன் மூலம், நீதி நிர்வாகத்தைத் தடை செய்தார். நீதிபதிகள் தனது விருப்பப்படி மட்டுமே செயல்பட வேண்டும் என்று அவர்களை நிர்பந்தம் செய்தார். அவர்களது பதவிக் காலம், ஊதியம் வழங்குவது ஆகியவற்றுக்குத் தன்னையே சார்ந்திருக்குமாறு பார்த்துக் கொண்டார்.

அவர், புதிய அலுவலகங்களை ஏராளமாக நிறுவிக் கொண்டார். நமது மக்களை நசுக்குவதற்காகப் பெருங்கூட்டமாக அதிகாரிகளை லண்டனிலிருந்து அனுப்பி மக்களின் செல்வங்களைச் சுரண்டச் செய்தார்.

அவர் அமைதிக் காலங்களில்கூட, நம்மிடையே நிலையான இராணுவத்தை நிறுத்தி வைத்தார். மக்கள் பிரதிநிதிகளின் ஒப்புதலின்றி சிவில் அதிகாரத்திற்கு இராணுவ அதிகாரம் பணிந்து கொடுக்க வேண்டும் என்பதை மாற்றிவிட்டார். நமது அரசியல் அமைப்பிற்கு வேறுபட்ட ஒரு நீதியைப் பிறருடன்

சேர்ந்து நம்மீது திணித்தார். நமது சட்ட திட்டங்களுக்கு அப்பாற்பட்டு, போலியான ஒரு மக்கள் பிரதிநிதித்துவத்திற்கு ஒப்புதல் கொடுத்ததன் மூலம், நம்மிடையே மிகப்பெரும் ஆயுதம் தாங்கிய இராணுவ வீரர்களின் முகாம்களை அமைத்தார்.

நம் நாடுகளில் வசிப்பவர்களை அரசரின் பணியாளர்கள் கொலை எதுவும் செய்தால், போலியானவிசாரணைகளின்மூலம், அவர்களுக்குத் தண்டனை வழங்குவதிலிருந்து பாதுகாக்கச் செய்தார்.

உலகம் முழுவதும் நாம் வர்த்தகம் செய்வதைத் தடை செய்வதற்காக நம்முடைய ஒப்புதலின்றி நம்மீது வரிகளைச் சுமத்துவதற்காக. நீதிபதிகளின் விசாரணையின்மூலம் நமக்குக் கிடைக்க வேண்டிய பலன்களைத் தடுப்பதன் மூலம், பல வழக்குகளில் நமக்கு இழப்பு ஏற்படச் செய்தார்.

போலியான குற்றச்சாட்டுகளைச் சுமத்தி, கடலுக்கு அப்பால் அனுப்பித் தண்டனையை அனுபவிக்கச் செய்தார்.

எங்களது கடல் வளங்களைக் கொள்ளையடித்து விட்டார். எங்களது கடற்கரைகளை நாசம் செய்து விட்டார். எங்கள் நகரங்களை எரித்துவிட்டார். எங்கள் மக்களின் வாழ்க்கையை அழித்து விட்டார்.

அவர் இப்போது அழிக்கும் பணியை நிறைவு செய்வதற்காக, ஏராளமான வெளிநாட்டுக் கூலிப்படையினரைக் கொண்ட இராணுவத்தை அனுப்பியிருக்கிறார். நாசப்படுத்துதல், கொடுங் கோண்மை, கொடூரம் மற்றும் நம்பிக்கைத் துரோகம் ஆகியவைகள் ஏற்கனவே துவங்கிவிட்டன. அவர், உள்நாட்டில் ஆட்சியை எதிர்த்து எழுந்த குழப்பத்தை எங்களுக்கு எதிராகக் கொந்தளிக்குமாறு செய்தார். எங்கள் எல்லையில் வாழ்ந்து கொண்டிருப்பவர்களை இங்கு கொண்டு வரப் பெரிதும் முயற்சி செய்தார். இரக்கமற்ற இந்தியக் காட்டுமிராண்டிகளை, அவர்களது போர் முறைகள் அனைவராலும் அறியப்பட்ட ஒன்று. வயது, பாலினம் மற்றும் உடல் நலம் ஆகிய வேறுபாடுகள் எதையும் பார்க்காமல் அழிப்பதுதான் இந்த செவ்விந்தியர்களின் வேலை.

இதுபோன்ற அடக்குமுறையின் ஒவ்வொரு நிலையிலும், மிகவும் பணிவான முறையில் எங்களது குறைகளைத் தீர்த்து வைக்குமாறு புகார்களை அளித்தோம். நாங்கள் மீண்டும் மீண்டும் அனுப்பிய புகார்களுக்குமீண்டும் மீண்டும் துன்பங்களையே பதிலாகப் பெற்றோம். நாங்கள் எங்கள் நாட்டிலிருந்து (இங்கிலாந்திலிருந்து இங்கு வந்து குடியேறியதற்கான காரணங்களை நாங்கள் நினைவுபடுத்தினோம். அவர்களுடைய (இங்கிலாந்து) நாட்டின் நீதியையும், தயாள குணத்தையும் எங்கள்மீது காட்டுமாறு கேட்டுக் கொண்டோம். மேலும் எங்களுக்குள்ளே இருக்கும் ஒரே இன உணர்வை எடுத்துக் கூறி, இதுபோன்ற கைப்பற்றுதல் எங்களுக்குத் தொடர்பில்லை என்று எங்கள் கடவுள்களின் பெயரால் உறுதி கூறினோம். ஆனால் அவர்கள் நேர்மையின் குரலுக்குச் செவிடர்களாக இருந்தனர்.

ஆகவே, அமெரிக்க ஐக்கிய நாடுகளின் பிரதிநிதிகளான நாங்கள், மகாசபையில் சென்று கூடி, உயர்ந்த நீதிபதியான இந்த உலகத்திடம் எங்களது நோக்கத்தை உரத்துக் கூறுகிறோம். இந்தக் காலனிகளிலிருக்கும் நல்ல மக்களின் உரிமையின் பெயரால், பெருமிதத்துடன் வெளியிடுகிறோம். அறிவிக்கிறோம். அதாவது இந்த ஐக்கிய காலனிகள் விடுதலை பெற உரிமை உள்ளது என்றும், இவை சுதந்திரமான நாடுகள் என்றும், இந்த நாடுகள் பிரிட்டிஷ் முடியாட்சியின் அனைத்துக் கட்டுப்பாடுகளிலிருந்தும் விடுவிக்கப்படுகின்றன. அவர்களுடனான அனைத்து அரசியல் தொடர்புகளிலிருந்தும் விடுவிக்கப்படுகின்றன. கிரேட் பிரிட்டன் என்ற நாட்டிலிருந்து இவை முற்றிலுமாக நீக்கப்படுகின்றன. விடுதலை பெற்ற சுதந்திரமான நாடுகளாக, போர் தொடுக்க முற்றிலும் அதிகாரம் பெற்றவர்களாக, அமைதியை முடிவு செய்பவர்களாக, அண்டை நாடுகளுடன் நட்புறவை ஏற்படுத்திக் கொள்வதற்காக, அனைத்து பிற செயல்களையும் சுதந்திரமாகச் செய்பவர்களாக, பிற சுதந்திர நாடுகளுக்கு உள்ள உரிமையைப் போன்றே, இந்த நாடுகளும் பெற வேண்டுமென்று இந்தப் புனிதமான தேசத்தில், மிக உறுதியான நம்பிக்கையுடன் எங்கள் எதிர்காலத்தையும், எங்கள்

புனிதமான மரியாதையையும், எங்கள் ஒவ்வொருவரின் உயிரையும் பணயம் வைக்கின்றோம். இந்த அறிக்கைக்கு ஆதரவாக.

அமெரிக்கப் பிரகடனம் வெளியிடுவதற்கு முன்பு பலமுறை திருத்தப்பட்டது. தயாரிக்கும்போது காரசாரமாக இருந்த பிரகடனம் வெளியிடும்போது நீர்த்துப்போனதாக இருந்தது. பிரிட்டிஷ் மீதான வெறுப்புணர்ச்சி, ஆதிகுடிகளான செவ்விந்தியர்களுடன் நட்பு, ஆங்கிலேய அரசுக்கு தீவிர எதிர்ப்பு, பிரெஞ்சு அரசருக்கு வெளிப்படையான ஆதரவு என்று வகையில் பிரகடனம் அமைந்தது.இங்கிலாந்தின்ஆளுமையில் இருந்து பிரெஞ்சு ஆளுமைக்கு அமெரிக்கா செல்ல விரும்புவதுபோல பிரகடன வாசகங்கள் அமைந்திருந்தது. தங்களது பலத்தை மட்டும் நம்பாமல் ஆங்கிலேயர்களின் எதிரியான பிரெஞ்சுகாரர்களையும் கூட்டுச்சேர்த்துக் கொண்டஅமெரிக்க மக்களின் பிரகடனம் அது.

மருதுபாண்டியர்கள் தம் மக்களின் பலத்தை மட்டுமே நம்பி பிரகடனம் வெளியிட்டனர். அமெரிக்காவின் 04.07.1776 பிரகடனத்திற்கு ஆங்கிலேய அரசு பதில் பிரகடனம் செய்யவில்லை. உதாசீனப்படுத்தியது ஆனால் மருதுபாண்டியர்களின் பிரகடனம் வரப்போவதை ஒற்றர்கள் (அரிக்காரர்கள்) மூலம் அறிந்த கவர்னர் எட்வர்ட் கிளைவ் நான்கு நாட்களுக்கு முன்பு ஒரு பிரகடனத்தை வெளியிட்டார். மருது பாண்டியர்களுடனான யுத்தம் முடிந்துஅவர்களைத் தூக்கிவிட்ட 37-வது நாளில் (01.12.1801இல்) இரண்டாவது பிரகடனத்தையும் வெளியிட்டார். மருது பாண்டியர்களை எதிர்த்து அடுத்து அடுத்து இரண்டு தேதிகளில் பதில் பிரகடனம் செய்தது மருதுபாண்டியர்களின் முக்கியத்துவத்தைப் பறைசாற்றுகிறது.

மருதுபாண்டியர்களின் பிரகடத்திற்கு ஏழு ஆண்டுகளுக்குப் பிறகு, 1809ஆம் ஆண்டு திருவிதாங்கூர் அரசருக்கும், ஆங்கிலேயப் படைகளுக்கும் எதிராக வேலுத்தம்பி வெளியிட்ட பிரகடனம், மருதுபாண்டியரின் பிரகடனத்தை ஒத்திருந்தது. குண்டாரா என்ற இடத்திலிருந்து வேலுத்தம்பி 1809-ஆம் ஆண்டு பிரகடனம் வெளியிட்டிருக்கிறார்.

அதில் "கொடூரமான முறையில் நாடுகளைக் கைப்பற்றுவதை ஆங்கிலேயர்கள் வாடிக்கையாகக் கொண்டுள்ளனர். திருவிதாங்கூரில் ஆங்கிலேய ஆட்சி ஏற்பட்டால் அவர்கள் ஆலய வழிபாட்டையும் பிராமணர்களையும் நசுக்கி விடுவார்கள். உப்பு வாணிபம் ஆங்கிலேயர்களின் முழுவசமாகிவிடும். தரிசு நிலங்களை விளைநிலமாக்குவார்கள். நல்லதுதானே செய்கிறார்கள் என நீங்கள் நினைக்கக்கூடாது. ஏனென்றால் அந்த நிலங்களுக்கு அவர்களே அதிபதிகளாவர். தென்னந்தோப்புகளுக்கும் நஞ்சை நிலங்களுக்கும் நம்மால் செலுத்த இயலாத அளவு வரி விதிப்பர். கீழ்ச்சாதி மக்களுக்கு சிறிய குற்றங்களுக்குக் கூட கடுந்தண்டனை தருவார்கள். இந்து ஆலயங்களில் கிறித்துவக் கொடி பறக்க விடப்படும், அவர்களது சிலுவையை நமது கோயில்களுக்குள் கொண்டுவந்து விடுவார்கள். மணமகனின் சாதியைப் பற்றி யோசிக்காமல் பிராமணப் பெண்கள் கலப்பு மணம் செய்து கொள்ளுமாறு கட்டாயப்படுத்தப்படுவார்கள். அனைத்து முறைகேடான அநியாயமான செயல்களும் புகுத்தப்பட்டு கலியுகம் வந்துவிட்டதோ? என நினைக்கத் தோன்றும். நமது தர்ம நிறுவனங்களுக்கும் பழக்கவழக்கங்களுக்கும் இந்த நீசப்பயல்களால் கேடு வந்துவிடக்கூடாது. நமது சக்திக்குட்பட்டு அவற்றைக் காத்திடப்பாடுபடுவோம். மற்றபடி ஆண்டவன் விட்ட வழி" என்று வேலுத்தம்பியின் பிரகடன வாசகம் முடிகிறது.

மருது பாண்டியர்களின் மருமகனும் சிவகங்கை அரசருமான வெங்கம் பெரிய உடையணத் தேவர், மகன் 12 வயது துரைசாமியும் பினாங்கிற்கும், சுமத்திரா தீவிற்கும் நாடு கடத்தியதுபோல, வேலுத்தம்பியின் தற்கொலைக்குப் பிறகு அவரது உறவினர்களை ஆங்கிலேய அரசு மாலத்தீவிற்குநாடு கடத்தியது.

மருது பாண்டியர்களின் பிரகடனம் அதற்கு முந்தைய ஆங்கிலேய அமெரிக்க பிரகடனங்களுக்கு மேம்பட்டது. பிந்தைய வேலுத்தம்பியின் பிரகடனத்திற்கு சிறந்த முன் மாதிரி.

மருது பாண்டியரின் திருச்சி பிரகடனம்

- பேராசிரியர் த. செயராமன்

ஜம்பு தீவில்/ஜம்பு தீபகற்பத்தில் வாழும் சகல சாதிகள், தேசங்கள், பிராமணர்கள், சத்திரியர்கள், வைசியர்கள், சூத்திரர்கள், முசல்மான்கள் ("To the castes, nations, Brahmins, Kshatriyas, Vysyas, Sudras and Mussalmans") முதலான அனைத்துச் சாதியாருக்கும் தெரியப்படுத்தும் அறிவிப்பு என்னவென்றால்,

மேன்மை தாங்கிய நவாபு முகமது அலி அவர்கள் முட்டாள்தனமாக ஐரோப்பியர்களுக்கு நம்மிடையே இடங்கொடுத்து விட்டதன் காரணமாக, இப்போது அவர் ஒரு விதவை போல் ஆகிவிட்டார். ஐரோப்பியர்கள் தங்களுடைய வாக்குறுதிகளை மீறி, அவருடைய அரசாங்கத்தையே தங்களுடையதாக ஆக்கிக்கொண்டு, நாட்டு மக்கள் அனைவரையும் நாய்களாகக் கருதி ஆட்சியதிகாரம் செய்து வருகிறார்கள்.

உங்களிடையே ஒற்றுமையும் நட்பும் இல்லாத காரணத்தினால், ஐரோப்பியரின் சூழ்ச்சியைப் புரிந்துகொள்ள இயலாமல், உங்களுக்குள் ஒருவரை ஒருவர் பழி தூற்றிக்கொண்டது மட்டுமின்றி, நாட்டையும் அந்நியரிடம் ஒப்படைத்து விட்டீர்கள். இந்த ஈனர்களால் இப்போது ஆளப்படும் பகுதிகளிலெல்லாம் மக்கள் பெரிதும் ஏழ்மையில் உழல்கிறார்கள். சோற்றுக்குப் பதில் நீராகாரம்தான் உணவு என்று ஆகிவிட்டது. இப்படித் துன்பப்படுவது தெரிந்த போதிலும், எக்காரணங்களினால் இத்துன்பங்கள் ஏற்பட்டன என்பதைப் பகுத்து ஆராயவும், புரிந்துகொள்ளவும் இயலாத நிலையில் மக்கள் இருக்கின்றனர்."

“ஆயிரம் ஆண்டுகள் வாழ்வதாக இருந்தாலும் மனிதன் கடைசியில் செத்துத்தான் ஆக வேண்டும். ஆதலால், பாளையங்களில் உள்ள ஒவ்வொருவரும் போர்க்கோலம் பூண்டு ஒன்றுபட வேண்டும். இந்த ஈனர்களின் பெயர்கள்கூட நாட்டில் மிஞ்சி இருக்காமல் செய்ய வேண்டும். அப்போதுதான் ஏழைகளும் இல்லாக் கொடுமையால் அல்லல்படுவோரும் வாழமுடியும்.”

அதேநேரத்தில் , இந்த ஈனர்களுக்குத் தொண்டூழியம் செய்து நாயைப்போல சுகவாழ்வு வாழ விரும்புகிறவன் எவனாவது இருந்தால், அத்தகைய பிறவிகள் ஒழித்துக் கட்டப்பட வேண்டும். ஆதலால், மீசை வைத்துக் கொண்டிருக்கும் நீங்கள் எல்லோரும், அதாவது ராணுவம் அல்லது மற்ற தொழில்களில் ஈடுபட்டிருக்கும் நீங்கள் அனைவரும், மற்றும் ஈனமான அந்நியன் கீழ் தொண்டு புரியும் சுபேதார்கள், அவில்தார்கள், நாயக்கர்கள், சிப்பாய்கள் மற்றும் போர்க்கருவிகளைப் பயன்படுத்தும் அனைவரும், உங்களுக்கு வீரம் இருந்தால், அதைக் கீழ்க்கண்டவாறு நீங்கள் வெளிப்படுத்த வேண்டும்.

ஐரோப்பியர்களாகிய இந்த ஈனர்களை எவ்விடத்தில் கண்டாலும் கண்ட இடத்தில் அவர்களை அழித்துவிட வேண்டும். இது அவர்களை முற்றிலுமாக வேரறுக்கும் வரை தொடரவேண்டும். இந்த ஈனர்களுக்கு எவன் ஒருவன் தொண்டூழியம் செய்கிறானோ அவனுக்கு இறந்தபின் மோட்சம் கிடையாது என்பதை நான் உறுதியாகக் கூறுவேன். இதை ஏற்றுக் கொள்ளாதவன் வைத்திருக்கும் மீசை என்பது என்னுடைய மறைவிடத்தில் இருக்கும் மயிருக்குச் சமமானது. இதனை ஏற்றுக்கொள்ளாதவன் பிள்ளைகள் ஐரோப்பிய ஈனப்பிறவிகளுக்கு தன்னுடைய மனைவியைக் கூட்டிக் கொடுத்தவன் பெற்ற பிள்ளைகள் ஆவார்கள். எனவே உடம்பில் ஐரோப்பியரின் ரத்தம் ஓடாத அனைவரும் ஒன்று சேருங்கள். இதைப் படிப்பவர்களும், கேட்பவர்களும் இதில் கூறியிருப்பதைப் பரப்புங்கள். இதைப் படியெடுத்து பரப்பாதவன் கங்கைக் கரையில் காராம் பசுவைக் கொன்ற பெரும் குற்றத்துக்கும், நரகத்தின் தண்டனைகளுக்கும் உள்ளாவான். இந்த அறிக்கைக்கு உடன்படாத முசல்மான்கள் ஒரு பன்றியின் இரத்தத்தைக் குடித்தவனாகக் கருதப்படுவான். எவனொருவன் இந்த அறிவிப்பை ஒட்டப்பட்ட சுவற்றிலிருந்து எடுக்கிறானோ அவன் பஞ்சமா பாதகங்களைச் செய்தவனாகக் கருதப்படுவான்.”

இப்படிக்கு,

மருது பாண்டியன்,

பேரரசர்களின் ஊழியன்,

ஐரோப்பியர்களின் சமரசமற்ற எதிரி".

வரலாற்றுப் பின்னணி

இந்தப் பிரகடனத்திற்கு ஒரு வரலாற்றுப் பின்னணி இருக்கிறது.

சின்ன மருது, பெரிய மருது ஆகிய மருது சகோதரர்கள் பரம்பரை ஆட்சியாளர்கள் அல்ல; பாளையக்காரர்களும் அல்ல; அவர்கள் சிவகங்கை அரசர் முத்துவடுகநாதரிடம் வேலைக்குச் சேர்ந்தார்கள். ஆரம்பத்தில், சாதாரண குதிரைப் பராமரிப்பு வேலைகளைப் பார்த்த அவர்கள் தங்களுடைய ஆற்றலால் பெரும் பொறுப்புகளைப் பெற்றார்கள்.

விஜயநகரப் பேரரசு தமிழகத்தைக் கைப்பற்றிய பிறகு, அவர்களுடைய அரசப் பிரதிநிதிகள் மதுரையையும், அதைச் சார்ந்துள்ளப் பகுதிகளையும் 1529 முதல் 1736 வரை ஆட்சி செய்தனர். மதுரை நாயக்கர்கள் என்று அறியப்படும் இந்த ஆட்சியாளர்கள், தங்கள் பகுதிகளை 72 பாளையங்களாகப் பிரித்து நிர்வாகத்தை மேற்கொண்டனர்.

டில்லி முகலாய அரசர்களின் தக்காணப் பிரதிநிதியாக உருவான ஹைதராபாத் நிசாமின் கீழ் தெற்கேயுள்ள பகுதிகளில் வரிவசூல் பணிகளை நிர்வகிக்க ஆர்க்காடு நவாப் பதவி உருவாக்கப்பட்டது. நாயக்கர் வம்சத்தின் கடைசி ஆட்சியாளரான இராணி மீனாட்சியை (1732 - 1736) நவாப் படையை வழிநடத்தி வந்த சந்தாசாகிப், இராணியிடம் 1 கோடி இலஞ்சத்தையும் பெற்றுக்கொண்டதோடு, திருச்சியில் சிறையிலும் அடைத்தான். இராணி மீனாட்சி அவமானத்தால் தற்கொலை செய்து கொண்டாள். மதுரை நாயக்கர் அரசின் கீழிருந்த 72 பாளையப்பட்டுகளும் ஆர்க்காடு நவாப்பின் கீழ்வந்தன.

பாளையக்காரர்களிடம் வரிவசூல் செய்ய ஆற்காடு நவாப்பால் முடியவில்லை. ஆகவே, ஆங்கிலேய கிழக்கிந்தியக் கம்பெனியிடம் படையுதவி கேட்டுப் பெற்றார். அதுமட்டுமின்றி மிகஅதிக

வட்டிக்கும் பணம் பெற்றார். இவ்வாறு, ஆற்காடு நவாப் ஆங்கிலேயர்களிடம் கடன்பட்டார். அதற்கு ஈடாக பாளையக்காரர்களிடம் வரிவசூல் செய்து கொள்ளும் உரிமையை ஆங்கிலேயருக்கு வழங்கினார். ஆங்கிலேயர்கள் தங்கள் படைகளைப் பயன்படுத்தி பாளையக்காரர்களிடம் வரி வசூல் செய்ய முற்பட்டனர். பலமடங்கு வரிகள் உயர்த்தப்பட்டன. இதனால், பாளையக் காரர்களுக்கும் ஆங்கிலேயருக்குமிடையே பகைமை வளர்ந்தது. 1772-இல் இராமநாதபுரத்தை ஆங்கிலேயப் படை கைப்பற்றியது. அடுத்து சிவகங்கைக்கு வந்த ஆங்கிலேயர்கள், எதிர்பாராத வகையில் சிவகங்கை அரசர் முத்து வடுகநாதரை காளையார்கோவில் போரில் கொன்று விட்டார்கள். அவருடைய மனைவி வேலுநாச்சியார், மகள் வெள்ளச்சி, அமைச்சர் தாண்டவராயன் மற்றும் மருது சகோதரர்கள் விருப்பாட்சிக்குத் தப்பிச் சென்றனர். அப்பகுதி அப்போது ஹைதர் அலியின் ஆட்சியில் இருந்தது.

1780-ஆம் ஆண்டு வெள்ளையர்கள் மீது படையெடுத்து ஹைதர் அலியின் உதவியுடன் மருது சகோதரர்கள் சிவகங்கையை மீட்டனர். வேலுநாச்சியாரின் மகள் வெள்ளச்சி அரசியாக அறிவிக்கப்பட்டார். சின்ன மருது அமைச்சராகவும், பெரியமருது தளபதியாகவும் பொறுப்பேற்றனர்.

இவ்வாறு, ஆர்க்காடு நவாப்பையும், அவனுக்கு அடியாள் படையாக வந்த ஆங்கிலேயரையும் மருது சகோதரர்கள் எதிர்த்துப் போராடினர். ஆர்க்காடு நவாப் டில்லி முகலாய பேரரசின் பிரதிநிதி. கிழக்கிந்தியக் கம்பெனி அந்நிய அதிகாரத்தின் சின்னம். தமிழர்களுக்கு டில்லி, இலண்டன் எதுவானாலும் அது அந்நிய அதிகாரம்தான்; அதை ஏற்க முடியாது என்ற பார்வையையே மருது சகோதரர்கள் கொண்டிருந்தனர். ஆற்காடு நவாப் கிழக்கிந்திய கம்பெனியின் உதவியுடன் சிவகங்கை மீது படையெடுத்தான். 1783-இல் கர்னல் புல்லர்டன் தலைமையிலும், 1889-இல் ஜேம்ஸ் ஸ்டூவர்ட் தலைமையிலும் சிவகங்கை தாக்கப்பட்டது. ஆனால் மீண்டும் சிவகங்கை மீட்கப்பட்டது. முத்து வடுகநாதருக்கு உறவினராகிய பெரிய உடையத்தேவர் வெள்ளச்சியைத் திருமணம் செய்துகொண்டார். அவரை சிவகங்கையின் அரசராக அறிவித்தனர்.

1790 வரை பெரிய பிரச்சினைகள் ஏதுமின்றி சிவகங்கை அமைதியைக் கொண்டிருந்தது. 1790 அளவில் ஆங்கிலேயர்களுக்கு

எதிரான செயல்பாடுகளை சிவகங்கை தொடங்கியது. ஆங்கிலேயக் கிழக்கிந்தியக் கம்பெனிக்கும், பாஞ்சாலங்குறிச்சிப் பாளையக்காரர் வீரபாண்டிய கட்டபொம்மனுக்கும் இடையில் பிரச்சினை தோன்றியது. வீரபாண்டிய கட்டபொம்மனுக்கு 500 வீரர்களை சின்னமருது கொடுத்து உதவினார். ஆங்கிலக் கம்பெனியின் அதிகாரத்தை எதிர்த்து சின்னமருதுவின் தலைமையில் இராமநாதபுரம் கூட்டிணைவு உருவாக்கப்பட்டது. கட்டபொம்மனின் தலைமையில் திருநெல்வேலி கூட்டிணைவு உருவாக்கம் பெற்றது.

1799ஆம் ஆண்டு திப்பு சுல்தான் ஆங்கிலேயரை எதிர்த்து நடந்த நான்காவது மைசூர் போரில் போர்க்களத்தில் கொல்லப்பட்டார். அதே ஆண்டு, பாஞ்சாலங்குறிச்சிப் பாளையக்காரர் வீரபாண்டிய கட்டபொம்மன் தூக்கிலிடப்பட்டார். திருநெல்வேலி தலைமையில் இருந்த பாளையங்கள் கலைக்கப்பட்டன. ஆனால், தென்னிந்தியா முழுவதும் கிளர்ச்சி பரவியது.

கன்னட மராட்டிய பகுதியில் தூந்தாஜி வாக், மேற்கு மைசூர் பகுதியில் கிருஷ்ணப்ப நாயக், மலபாரில் கேரளவர்மா, கோவைப் பகுதியில் கானி ஜஹான், தீரன் சின்னமலை மற்றும் திண்டுக்கல்லில் கோபால நாயக்கர், இராமநாதபுரம் பகுதியில் மைலப்பன், சிவகங்கையில் மருதுபாண்டியர் என ஆற்றல்மிக்க தலைவர்களால் கிளர்ச்சி முன்னெடுக்கப்பட்டது. சிறையில் இருந்த ஊமைத்துரையும், அவருடைய சகோதரர் சிவத்தையாவும் இப்போராட்டத்தை சிறையில் இருந்தபடியே தூண்டினார்கள். பழனியில் திண்டுக்கல் பாளையக்காரரான கோபால நாயக்கர் தலைமையில், கிளர்ச்சித் தலைவர்கள் கூடிப் பேசினார்கள். திட்டம் வகுக்கப்பட்டது. இக்கிளர்ச்சி மக்கள் இயக்கமாக மாறியது. விருப்பாட்சியில் 3000 கிராமங்களின் பிரதிநிதிகள் ஒன்றுகூடி ஆங்கிலேயர்களை விரட்டியடிக்க சபதம் ஏற்றனர். இப்படி உருவானதே தீபகற்பக் கூட்டமைப்பு ஆகும்.

மிகச்சிறந்த குதிரைப் படையை வைத்திருந்த தூந்தாஜி வாக்கும், சின்னமருதுவும் ஒருவருக்கொருவர் உதவிக் கொள்ளும் ஒரு புரிதலுக்கு வந்தனர். முதற்கட்டமாக தென்னிந்தியாவின் மையமாக இருக்கக்கூடிய கோயம்புத்தூர் கோட்டையைக் கைப்பற்றுவது என்றும், அதைத்தொடர்ந்து அனைத்துப் பகுதிகளிலும் புரட்சியைத் தொடங்குவது என்றும் தீபகற்பக் கூட்டிணைவு தலைவர்கள் முடிவு

செய்தார்கள். ஆனால், தூந்தாஜி வாக் 1800 செப்டம்பர் மாதம் போரில் கொல்லப்பட்டார். இது மிகப்பெரிய இழப்பாக தென்னிந்தியக் கூட்டமைப்புக்கு அமைந்தது. மலபாரில் கேரளவர்மாவின் தளபதிகளும் பிற முக்கியத் தலைவர்களும் கொல்லப்பட்டார்கள். இந்நிலையில் 1800-ஆம் ஆண்டில், கூட்டமைப்பினை சிவகங்கை தலைமை ஏற்று வழி நடத்தத் தொடங்கியது. மருது பாண்டியர் வழி நடத்திய போர்களில் பெருமளவில் வெள்ளையர்கள் கொல்லப்பட்டார்கள்.

1801 பிப்ரவரி 2ஆம் தேதி, பாளையங்கோட்டை சிறையிலிருந்து ஊமைத்துரை, அவருடைய சகோதரர் சிவத்தையா உள்ளிட்ட, 17 பேர் மருதுபாண்டியர் முயற்சியினால் விடுவித்துக் கொண்டுவரப் பட்டார்கள். ஊமைத்துரையும், சிவத்தையாவும் மக்களோடு மக்களாக நின்று, ஆறு நாட்களில் பாஞ்சாலங்குறிச்சியில் கோட்டையை மீண்டும் கட்டி முடித்தார்கள். உடனடியாக ஆங்கிலேயர் மீது போரும் அறிவிக்கப்பட்டது. பாஞ்சாலங்குறிச்சி படைகளால் மீண்டும் ஆங்கிலேயர்களின் வசமிருந்த பகுதிகள் கைப்பற்றப்பட்டன.

தூத்துக்குடித் துறைமுகம் கைப்பற்றப்பட்ட போது, அங்கிருந்த வெள்ளை அதிகாரி மேஜர் பானர்ட்டின் மனைவி உயிர்ப் பிச்சை கேட்ட நிலையில், எவரையும் கொல்லாமல் ஊமைத்துரை விடுவித்தார். கர்னல் மெக்காலே தலைமையில் பாஞ்சாலங்குறிச்சியை நோக்கி மிகப் பெரும் படை வந்தது. அது ஊமைத்துரையால் குலசேகர நல்லூரில் தோற்கடிக்கப்பட்டது. இவ்வாறு, ஊமைத்துரையின் தலைமையில் பாஞ்சாலங்குறிச்சி மீண்டும் தலை நிமிர்ந்தது. ஆனால், 50 நாட்கள் கழித்து கர்னல் அக்னியூ தலைமையில் பெரும் பீரங்கிப்படை வந்து பாஞ்சாலங்குறிச்சி கோட்டையைத் தகர்த்தது. கோட்டையைக் காப்பாற்றுவதற்காக கடும் போரிட்ட 1500 பாஞ்சாலங்குறிச்சி வீரர்கள் ஆயுதங்களுடன் பிணமாகக் கிடந்தனர். காயமுற்ற ஊமைத்துரையும், அவருடைய சகோதரரும் பாதுகாப்பாக சின்னமருதுவிடம் சென்று சேர்ந்தனர்.

சின்னமருதுவின் போர் நடவடிக்கைகள் குறித்து புதுக்கோட்டை தொண்டைமான் ஆங்கிலேயர்களுக்கு தொடர்ந்து செய்திகளை அனுப்பிக் கொண்டிருந்தார். புதுக்கோட்டை கைப்பற்றப்பட்டு விடுமோ என்று தொண்டைமான் அஞ்சினார். ஆனால்

புதுக்கோட்டை என்பது "நம்மவர்களால் ஆளப்படும் பகுதி" என்ற எண்ணம் மருது சகோதரர்களுக்கு இருந்தது.

ஆங்கிலேய எதிர்ப்புக் கிளர்ச்சிப் படை தஞ்சை மாவட்டத்தில் நாகூர் வரை கைப்பற்றியது. வடக்கே சத்தியமங்கலம் முதல், தெற்கே நெல்லை மாவட்டம் களக்காடு வரை போர்கள் நடைபெற்றன. மதுரை-திண்டுக்கல்லில் ஊமைத்துரை, சிவத்தையா ஆகியோர், இராமநாதபுரம், சிவகங்கை பகுதியில் மருது சகோதரர்கள் ஆகியோர் தலைமையில் பல பகுதிகள் கைப்பற்றப்பட்டன.

கர்னல் அக்னியூ அறிவிப்பு -1801

இந்நிலையில் ஆங்கிலேயப் படை பெரும் சேதங்களுக்கு உள்ளாகி இருந்த நிலையில், கம்பெனி தந்திரமாக செயல்பட முயற்சித்தது. கர்னல் அக்னியூ ஒரு அறிவிக்கையை 1801 ஜூன் 12 அன்று வெளியிட்டான்:

"சின்னமருது, பரம்பரை பளையக்காரன் அல்ல; சிவகங்கை மன்னனிடம் அடிமையாக வேலைக்குச் சேர்ந்தவன். எனவே, சிவகங்கைப் பட்டத்துக்கு உரிமை உண்டு என்று நினைப்பவர்கள் எவரும் என்னைச் சந்தித்தால், இந்தக் கிளர்ச்சி ஒடுக்கப்பட்ட பின், அவர்களுக்கு அரியணை வழங்கப்படும். மாறாக, மருதுவை யாரேனும் ஆதரித்தால் பாஞ்சாலங்குறிச்சி, விருப்பாட்சி போன்ற இடங்களில் மக்களுக்கு நேர்ந்த கதிதான் ஏற்படும்" என்று அக்னியூ எச்சரிக்கை விடுத்தார். அக்னியூவுக்கு எச்சரிக்கை விடும் வகையிலும், மக்களைத் திரட்டும் வகையிலும் சின்னமருது ஒரு பிரகடனத்தை வெளியிட்டார். இதைத்தான் திருச்சி பிரகடனம் என்றும், ஸ்ரீரங்கம் பிரகடனம் என்றும் வரலாறு பதிவு செய்திருக்கிறது.

திருச்சிராப்பள்ளி பிரகடனமும், போர் நடவடிக்கைகளும்:

இப்பிரகடனம் பலவகைகளில் முக்கியமானது. ஜம்பு தீபகற்பம் அல்லது ஜம்புத் தீவு என்று சொல்லப்படும் தென்னிந்தியா முழுவதையும் ஒருங்கு திரட்டும் முயற்சி இது. மக்களுடைய ஆன்மீக நம்பிக்கையையும், தன்மான உணர்வையும் தொட்டு மக்களைத் திரட்ட சின்னமருது முயற்சித்திருக்கிறார். நாட்டு விடுதலையையும், மக்களுடைய நல்வாழ்வையும் இந்தப் பிரகடனத்தில் சின்னமருது இணைத்துக் காட்டினார். ஆங்கிலப் பேரரசின் பாதுகாப்பை அழிக்கக்கூடியது இப்பிரகடனம் என்று பிரிட்டிஷ் ராணுவ ஆவணம்

குறிப்பிடுகிறது. மக்களை ஒருங்கிணைப்பதில் இப்பிரகடனம் வெற்றி பெற்றது.

தஞ்சை உழவர்கள் கிளர்ச்சிப் படையுடன் இணைந்து கொண்டார்கள். கடற்கரையின் எந்தத் துறைமுகத்திலும் ஆங்கிலேயக் கப்பல்கள் சரக்குகளை இறக்க முடியவில்லை. கிளர்ச்சியாளர்களுடன் இணைந்த உழவர்களிடமிருந்து நெல்லைக் கொள்முதல் செய்தால், அந்த வியாபாரிகளுக்கு மரணதண்டனை வழங்கப்படும் என்று கம்பெனியின் கும்பகோணம் கலெக்டர் அறிவித்தார். ஆனாலும், மக்கள் பெரிய அளவில் போராட்டக் களத்திற்கு விரைந்தார்கள் என்பதை எளிதாகப் புரிந்து கொள்ளலாம். நாலரை இலட்சம் மக்கள் தொகை கொண்ட சிவகங்கையிலிருந்து பல்லாயிரக்கணக்கான மக்கள் மருதுவின் படையில் இணைந்தார்கள். நவாபின் படையிலும், கிழக்கிந்தியக் கம்பெனியின் படையிலும் இருந்த உள்நாட்டு சிப்பாய்கள் போரிட மறுத்தார்கள்.

இந்நிலையில், புரட்சியாளர்கள் மற்றும் மக்கள் மத்தியில் பிரிவினைகளை உருவாக்கும் நோக்கில் வஞ்சக வேலைகளில் ஆங்கிலேய நிர்வாகம் ஈடுபட்டது. சிவகங்கைக்கே போட்டி ஆட்சியாளரை உருவாக்கும் வகையில் சிவகங்கையின் புதிய அரசராக வேலு நாச்சியாரின் உறவினரான கௌரி வல்லப உடையத்தேவன் கம்பெனியால் அறிவிக்கப்பட்டார். தொண்டைமானிடம் இருந்தும், பிற ஆங்கிலேய ஆதரவு பாளையக்காரர்கள் மற்றும் அரசர்களிடமிருந்தும் கம்பெனிக்கு உதவிகள் கிடைத்தன. தொண்டித் துறைமுகம் வழியாக உணவும், வெடி மருந்தும் பெற்றுக் கொண்டிருந்த கிளர்ச்சியாளர்கள், அதற்கு மேலும் பெற்றுக் கொள்ள இயலவில்லை. போர்களில் தோற்று, பாதிப்புக்குள்ளான புரட்சியாளர்கள் தென்னிந்தியாவின் பல பகுதிகளிலிருந்தும் காளையார்கோயில் காட்டில் தஞ்சமடைந்தனர்.

நிறைவாக, மூன்று திசைகளிலிருந்தும் தம் படைகளை காளையார்கோயிலை நோக்கி வெள்ளையர்கள் செலுத்தி முற்றுகையிட்டனர். இரண்டு மாதங்களுக்குப் பிறகு இப்போர் முடிவுக்கு வந்தது. சோழபுரம் காட்டில் சின்னமருதுவும், மதகுப்பட்டிக் காட்டில் பெரிய மருதுவும், வத்தலக்குண்டில் ஊமைத்துரையும், சிவத்தையாவும் கைது செய்யப்பட்டனர். மருது சகோதரர்கள், அவர்களுடைய உறவினர்கள், கிளர்ச்சியாளர்கள்

உள்ளிட்டு 500 பேர் திருப்பத்தூர் கோட்டையில் 1801-ஆம் ஆண்டு அக்டோபர் 24-ஆம் தேதி தூக்கிலிடப்பட்டனர். ஊமைத் துரையையும், சிவத்தையாவையும் பாஞ்சாலங்குறிச்சிக்குக் கொண்டு சென்று நவம்பர் 16-ஆம் தேதி தூக்கிலிட்டனர். மருதுவின் 15 வயது மகன் துரைச்சாமி உள்ளிட்டு 73 பேர் மலேசியாவில் இருக்கும் பிரின்ஸ் ஆப் வேல்ஸ் தீவுக்கு 1802-இல் நாடு கடத்தப்பட்டனர். அந்நிய படைகளுக்கும், அந்நிய சக்திக்கும் எதிரான சிவகங்கையின் தலைமையிலான தென்னிந்தியா தழுவிய பெரும்போர் முயற்சி ஒரு முடிவுக்கு வந்தது.

(பார்க்க: Prof. K. Rajayyan, 'South Indian Rebellion (1800-1801), The First War of Independence. Madurai, 1971; மதி, 'மருது சகோதரர்களின் முதல் சுதந்திரப் போர் பிரகடனம் வெளியான நாள் இன்று'. tamil.oneindia.com <http://tamil.oneindia.com/>, ஜூன் 12 2017; வேல்ராசன், 'தென்னிந்தியாவில் தொடங்கிய முதல் சுதந்திரப் போரின் தமிழக களம்: தமிழரங்கம், tamil circle.wordpress.com <http://circle.wordpress.com/>)

(சின்ன மருதுவின் பிரகடனத்தை பலர் தமிழில் வெளியிட்டு இருக்கிறார்கள். ஒன்றிரண்டு கட்டுரைகளிலிருந்து இப்பிரகடனம் எடுத்துப் பயன்படுத்தப்பட்டுள்ளது. பிரகடனத்தின் ஆங்கில வடிவத்திற்கும் தமிழிலுள்ள வடிவத்திற்கும் சில சொற்கள் வேறுபட்டு இருக்கின்றன. அநேகமாக, 1801-ஆம் ஆண்டு ஜூன் 12-க்குப் பிறகு, சின்ன மருது வெளியிட்ட திருச்சி பிரகடனம் தமிழிலேயே இருந்திருக்கிறது. இதை ஆங்கிலேயர்கள் நான்கு நாட்கள் கழித்து ஜூன் 16 அன்று சுவற்றில் இருந்து எடுத்து அதைத் தங்கள் ஆவணங்களில் பதிவு செய்துள்ளனர். ஆகவே ஆய்வாளர்களுக்கு பிரகடனத்தின் ஆங்கில வடிவமே கிடைக்கிறது. அதன் உண்மையான தமிழ் வடிவம் எவரிடமாவது இருக்குமா என்பது தெரியவில்லை.)

திருச்சிராப்பள்ளி பிரகடனம் கூறும் செய்தி என்ன?

நவாபின் இல்லமான திருச்சி மலைக்கோட்டையின் பெரியவாயிலிலும், திருவரங்கம் கோயில் சுவற்றிலும் ஒட்டப்பட்டிருந்த பிரகடனம் ஆங்கிலேயர்களால் கண்டறியப்பட்டு எடுத்துச் செல்லப்பட்டது.

திருச்சி ஜம்புத் தீவு என்பது எது? பிரகடனத்தில், ஜம்பு தீபகற்ப மக்களுக்கு (Peninsula of Jambu Dweepa)என்றும், திருவரங்கம் கோயிலில், ஜம்புத் தீவு (Island of Jambu) என்றும் வருகிறது. இந்திய தேசியத்தில் ஊறிப்போன ஆர்வலர்கள் மற்றும் வரலாற்றாளர்கள் ஜம்புத் தீவு என்றால் இந்தியா என்றும், ஜம்புத் தீவம் என்றால் தென்னிந்தியா என்றும் ஒரு கோளாறானப் பார்வையை முன்வைக்கிறார்கள். இது அடிப்படையற்றது. ஜம்புத் தீவு என்றாலும், ஜம்புத் தீவம் என்றாலும் தென்னிந்தியாவையே குறிக்கிறது.

18-ஆம் நூற்றாண்டிலும் கூட, வெளிநாட்டு அந்நியர்கள் மட்டுமே பரந்துபட்ட இந்தியத் துணைக் கண்டத்தை இந்தியா என்ற சொல்லால் குறித்தனர். அது, சிந்து என்ற சொல்லிருந்து உருவானது. இந்தியத் துணைக்கண்டத்தில், குறிப்பாக தென்னிந்தியாவில் எவரும் அறியாத சொல் 'இந்தியா'. ஜம்புத் தீவு என்பதற்கு புத்தமதம், சமணமதம், புராணங்கள் ஆகியவை பல வகைப்பட்ட வரையறுப்புகளையும், அறிவியலுக்கு அப்பாற்பட்ட விளக்கங்களையும் அளிக்கின்றன. மனிதர்கள் வாழக்கூடிய ஒரு பகுதியை, ஓர் உலகை, 'ஜம்பு தீபம்' என்று சமய இலக்கியங்கள் குறிப்பிடுகின்றன. இது இந்திய நாட்டை குறிக்கப் பயன்படுத்தி இருக்கலாம் என்று கருதுவது ஒரு கற்பனையின் அடிப்படையிலானது. புராணங்கள் குறிப்பிடும் 56 தேசங்களில் இந்தியா என்பது கிடையாது; பாரதம் என்பதும் கிடையாது; ஜம்பு தீபம் என்பதும் கிடையாது; சீனாவும், கம்போடியாவும் கூட 56 தேசங்களில் அடங்குகின்றன.

திருச்சியில் ஒட்டப்பட்ட பிரகடனப்படியில், ஜம்பு தீவம் என்றும், ஸ்ரீரங்கத்தில் ஒட்டப்பட்ட பிரகடனப் படியில் ஜம்பு தீவு என்றும் வருகிறது. இரண்டும் ஒன்றே. ஆகவே, பதினெட்டாம் நூற்றாண்டில் ஜம்பு தீபா என்று பொதுவாக மனிதர்கள் வாழக்கூடிய பகுதியையும், தென்னிந்திய தீபகற்பப் பகுதியையும் குறிப்பதாகக் கொள்ள வேண்டும்.

அதுபோன்றே இந்தியாவின் முதல் சுதந்திரப் போர் என்று பாளையக்காரர்களின் போரை விவரிப்பது தவறானது. இந்தியாவே உருவாக்கம் பெறாத காலகட்டத்தில், ஆங்கிலேயர்களையும், அவர்களது உதவியைப் பெற்றுக் கொண்டு பாளையக்காரர்களை

ஒடுக்க முற்ப்பட்ட ஆற்காடு நவாபையும் எதிர்த்து நடைபெற்ற போரை இந்திய விடுதலைப் போர் என்று உருவகிக்க முடியாது.

இந்தியத்துணைக் கண்டத்தில் ஒரு பேரரசை, இந்தியாவை, உருவாக்க முதலில் முகலாயர்களே முயற்சியைத் தொடங்கினார்கள். அம்முயற்சி ஆங்கிலேயர்கள் காலத்தில் தொடர்ந்தது; கவர்னர் ஜெனரல் டல்ஹெளசி பிரபு காலத்தில் *(1848 - 1856)* இந்தியா உருவாக்கப்பட்டது. ஒற்றை இந்திய உருவாக்கத்தை எதிர்த்தே மருதுபாண்டியர் போரை நடத்தினார். டெல்லியிலிருந்து கொண்டு மேலாண்மை செய்வது என்பது மருது பாண்டியர்களுக்கு மட்டுமல்ல, ஏனைய பாளையக்காரர்களுக்கும் ஏற்புடையது அல்ல.

1801 அக்டோபர் *24*-ஆம் தேதி திருப்பத்தூர் கோட்டையில் சின்ன மருது பெரிய மருது உள்ளிட்டு *500* பேர் தூக்கிலிடப்பட்டனர். *1801* நவம்பர் *16*-ஆம் நாள் பாஞ்சாலங்குறிச்சியில் ஊமைத்துரையும், சிவத்தையாயும் தூக்கிலிடப்பட்டனர். காளையார்கோவிலில் சின்ன மருதுவின் தலையை நட்டுவைத்த பிறகுதான், சென்னை மாகாணத்தின் பகுதியாக பாளையங்களை இணைக்க முடிந்தது.

இவர்களுடைய அழிவில்தான் இந்தியா என்பது உருவாக்கப்பட்டது. டெல்லியிலிருந்து ஆள்பவர்கள் முகலாயர்களாக இருந்தாலும், ஆங்கிலேயர்களாக இருந்தாலும், அவர்களுடைய ஆட்சியை ஏற்காதவர்கள் பாளையக்காரர்கள். டில்லிப் பேரரசின் முகலாய அரசதிகாரத்தின் பிரதிநிதியாக இருந்த, கர்நாடக நவாபின் ஆதிக்கத்தைக் கூட ஏற்க மறுத்தார்கள். பிரச்சினையைச் சரியாகப் புரிந்து கொள்ள வேண்டும். தம் பிரதேசத்திற்கு அப்பாலிருந்து வரும் எந்த ஆணையையும் ஏற்க மருது சகோதரர்களும், பிற பாளையக்காரர்களும் தயாரில்லை.

பாளையக்காரர்கள் ஆற்காடு நவாபை எதிர்த்துத்தான் முதலில் போர் புரிந்தார்கள். பாளையக்காரர்களிடம் வரிவசூல் செய்ய இயலாமல் போனதால் கர்நாடக நவாப் கிழக்கிந்திய கம்பெனியின் படை உதவியைக் கோரினார். அதுமட்டுமின்றி மிக அதிக வட்டிக்கு கிழக்கிந்திய கம்பெனியிடம் கடன் பெற்றார். கடனை திருப்பிச் செலுத்த முடியாத கர்நாடக நவாப், *1792* -ஆம் ஆண்டு ஓர் ஒப்பந்தம் செய்துகொண்டு வரி வசூல் செய்யும் உரிமையை ஆங்கிலேயர்களுக்கு அளித்தார். அதன்படி ஆங்கிலேயர்கள்

பாளையக்காரர்களிடம் வரி வசூலித்து, அதில் ஒரு பகுதியை கர்நாடக நவாபுக்கும் அளிக்க உடன்பட்டனர். கர்நாடகா நவாபுக்கு கப்பம் கட்ட மறுத்து, சர்வ சுதந்திரத்துடன் இருந்த பாளையக்காரர்கள் இப்போது ஆங்கிலேயர்கள் வரிவசூல் செய்ய வந்தபோது அதைக் கடுமையாக எதிர்த்தனர். இதுதான் பாளையக்காரர் போர் ஆக மாறியது.

இன்றைய இந்தியாவில், இந்திய அரசு மாநிலங்களிடம் இருந்து ஜி.எஸ்.டி. (சரக்கு மற்றும் சேவை வரி) வரி வசூல் செய்துகொண்டு, அதில் ஒரு பகுதியை மாநிலங்களுக்குக் கொடுக்க இருக்கும் இதே முறையைத்தான் கிழக்கிந்திய கம்பெனியும் கர்நாடக நவாபும் அன்று கைக் கொண்டார்கள். தன்மானம் மிக்க தமிழகப் பாளையக்காரர்கள் இதை ஏற்கவில்லை.

பாளையக்காரர்கள் நடத்தியது இந்தியாவின் விடுதலைப்போர் அல்ல. அது அந்நிய ஆதிக்க எதிப்புப் போர். டில்லிப் பேரரசின் தென்னக நவாப் ஆனாலும், கடல் கடந்து வந்த வெள்ளையர் ஆனாலும், இருவரும் கூட்டு சேர்ந்து வந்தாலும், பாளையக்காரர்கள் அவர்களை எதிர்த்துப் போராடினர். இந்தியாவே உருவாக்கம் பெறாத காலக்கட்டத்தில், இந்தியா என்ற சொல்லே மக்கள் அறியாத ஒன்றாக இருந்த காலக்கட்டத்தில், மக்கள் இந்திய விடுதலைப் போரை நடத்தினார்களா? இந்தியத் துணைக்கண்டத்தில் நடத்தப்பட்ட முதல் விடுதலைப்போர் என்பதில் சந்தேகமில்லை. ஆனால், அது இந்திய விடுதலைப் போர் அல்ல. அந்தந்த தேசத்து மக்கள் தங்களுக்கான விடுதலைப் போரை முன்னெடுத்தார்கள். அது இந்திய உருவாக்கத்துக்கான போர் அல்ல. இந்தியா என்ற ஒற்றைக் கட்டமைப்புக்கு எதிரான போர்.

மக்களை ஒருங்கிணைத்த பிரகடனம்

மருது சகோதரர்களின் கூட்டிணைவு தஞ்சாவூரில் இருந்து திருநெல்வேலி வரை ஒரு போராட்ட ஒருங்கிணைப்பை உருவாக்கியது. இது அரசியல் ஒருங்கிணைப்பு அல்ல. ஒரு பொது எதிரியை விரட்டி அடிக்கும் வகையில், தென்னிந்தியா முழுவதும் இருந்த பாளையக்காரர்களும், அரசர்களும் தங்கள் அரசதிகாரத்தைப் பாதுகாத்துக் கொள்ளும் நோக்கில், ஒருங்கிணைந்து நின்றதே இப்போர்களின் வரலாற்று முக்கியத்துவம் ஆகும்.

தமிழகத்தின் பெரும்பகுதியை மருது சகோதரர்கள் ஆங்கிலேயருக்கு எதிராக ஒருங்கிணைத்து இருந்தார்கள். தஞ்சை முதல் திருநெல்வேலி வரை மக்கள் ஒருங்கு திரண்டு கிழக்கிந்தியக் கம்பெனியை எதிர்த்து நின்றார்கள்.

ஒரு தேசிய இன ஓர்மையை உருவாக்கும் முன் முயற்சி:

திருச்சிப் பிரகடனத்திற்கு கூடுதலாக ஒரு சிறப்பு உண்டு. சாதி, மதம், தேசம் மற்றும் வர்ணாசிரமப் பிரிவுகளைக் கடந்து மக்களை அந்நியர்களுக்கு எதிராக ஒருங்கிணைக்க சின்னமருது முயன்றார். தமிழர், கன்னடர், மலையாளிகள், தெலுங்கர் என்று மொழி அடிப்படையில் மக்கள் அடையாளப் படுத்தப்படாத காலம் அது. சாதிகளாலும், மதங்களாலும் மற்றும் வர்ண பிரிவுகளாலும் மட்டுமே மக்கள் அடையாளப்படுத்தப் பட்டனர். இப்பிரிவினைகளைக் கடந்து கைகோர்க்குமாறு சின்னமருது பிரகடனத்தில் வேண்டுகோள் விடுத்தார். ஒரு தேசியஇன உருவாக்கத்தில், சமூகத் தடைகளை கடந்து மக்களை இணைப்பது முக்கியமான ஒன்றாகும். தேசியஇன விடுதலைப் போருக்கு மக்களின் ஓர்மை உணர்வு முன் நிபந்தனையாகும். அத்திசையில் ஒரு புதிய பயணத்தை சின்னமருது தொடங்கி வைத்ததாக நாம் கருதலாம். திருச்சிப் பிரகடனம் அனைத்து மக்களுக்குமான ஓர் அழைப்பு ஆகும்.

சாதி, மதம், தேசம், வருணப்பிரிவுகள் - ஆகியவற்றைக் கடந்து இணையுமாறு வேண்டுகோள் விடுத்த மருது சகோதரர்களுக்கு சாதி அடையாளம் கொடுத்து, சாதித் தலைவர்களாகப் போற்றுவது அந்த மாபெரும் மக்கள் தலைவர்களை சிறுமைப் படுத்துவதாகும்.

தேசங்களை விடுவிக்கவந்த பொது ஊழியன்:

தென்னிந்தியா முழுவதும் ஒற்றை அடையாளத்துடன் ஓர் அரசியல் கட்டமைப்புக்குள் வரவேண்டுமென்று பாளையக்காரர்கள் கருதவில்லை. அந்தந்த தேசங்கள் தனித்தனியாக, முழு அரசுரிமையுடன் விளங்க வேண்டும் என்பதே அவர்கள் கனவாக இருந்தது. இதைத்தான் திருச்சிப் பிரகடனம் வெளிப்படுத்துகிறது. இறுதியில் “இப்படிக்கு சின்னமருது, பேரரசர்களின் ஊழியன், ஐரோப்பியர்களின் சமரசமற்ற எதிரி” என்று குறிப்பிடுகிறார். தம்மை ஆட்சியாளராகக் கருதவில்லை. அனைத்து அரசர்களுக்கும் ஒரு பொது ஊழியராகவே தம்மைக் கருதியிருக்கிறார்.

இந்த அரசர்கள் பல்வேறு வருணத்தவர்; பல்வேறு சாதியினர்; பிராமணிய, முகமதிய, மதங்களைச் சேர்நதவர்கள். அவர்களையும் மக்களையும் ஒருங்கிணைக்கும் நோக்கில் சின்னமருதுவின் பிரகடனம் அமைகிறது.

பாளையங்களில் உள்ள ஒவ்வொருவரும் போர்க்கோலம் பூண்டு ஒன்றுபட வேண்டும் என்று அழைக்கிறார். இந்த ஐரோப்பியர்களின் பெயர்கள்கூட நாட்டில் விஞ்சி இருக்காமல் செய்ய வேண்டும் என்று கூறுகிறார். இப்போராட்டங்களுக்கும் ஏழ்மை ஒழிப்புக்கும் தொடர்பு இருப்பதாக கூறுகிறார். ஏழைகளும், இல்லாக் கொடுமையும் ஒழிய அனைவரும் ஒருங்கிணைய வேண்டும் என்கிறார். அதே நேரத்தில், "இந்த ஈனர்களுக்கு தொண்டூழியம் செய்து நாயைப்போல சுகவாழ்வு வாழ விரும்புகிறவன் எவனாவது இருந்தால், அத்தகைய பிறவிகள் ஒழித்துக் கட்டப்பட வேண்டும்" என்கிறார். ஐரோப்பிய அதிகாரத்தை அல்லது தங்கள் தேசங்கடந்த ஒர் அதிகாரத்தை ஏற்றுக்கொள்ளக் கூடியவனை மிக இழிவாகக் கண்டனம் செய்கிறார். அவர்கள் வைத்திருக்கும் மீசையைக் கேவலமாக விமர்சிக்கிறார். தம்முடைய அழைப்பை ஏற்றுக் கொள்ளாதவர்களுடைய பிள்ளைகள் ஐரோப்பிய ஈனப் பிறவிகளுக்கு தன்னுடைய மனைவியைக் கூட்டிக் கொடுத்தவன் பெற்ற பிள்ளைகள் ஆவார்கள் என்கிறார். எனவே, உடம்பில் ஐரோப்பிய இரத்தம் ஓடாத அனைவரும் ஒன்று சேர்வீர் என்று அழைக்கிறார். அவ்வாறு அழைத்த சின்னமருது உள்ளிட்ட மாவீரர்களைக் கொன்றொழித்து, அவர்களுடைய பிணத்தின் மீது, இரத்த சகதியில் நின்றுதான் ஒற்றை இந்தியாவை ஆங்கிலேயர்கள் கட்டினார்கள்.

தன்தேசிய, வர்க்க, மனித உரிமைகளை ஒருங்கே பேசும் பிரகடனம்

பாளையக்காரர்களின் போர்கள் தங்கள் அரசுரிமையைப் பாதுகாத்துக் கொள்வது என்பதற்காக மட்டும் நடந்ததாக கருதிவிட முடியாது. தங்கள் நாடுகளின் விடுதலையையும், மக்கள் நலனையும், வறுமை ஒழிப்பையும், ஒன்றாக இணைக்கிறது திருச்சிப் பிரகடனம். விதவைகள் மிகவும் இழிவாக நடத்தப்பட்ட காலம் அது. விதவைகள் அனைத்தையும் துறந்து. ஒரு மூலையில் ஒதுங்கி வாழ்ந்த காலம் அது. ஐரோப்பியர்களுக்கு இடம் கொடுத்து விட்ட கர்நாடக நவாபின் நிலை ஒரு விதவையைப் போல இருக்கிறது என்று பரிதாபப்படுகிறார், அவருடைய உரிமையும் பாதுகாக்கப்பட வேண்டும் என்று

கருதுகிறார் சின்னமருது. நாட்டு மக்கள் அனைவரையும் நாய்களாகக் கருதி ஆங்கிலேயர்கள் ஆட்சியதிகாரம் செலுத்துவதாகவும், மக்களிடையே ஒற்றுமையும் நட்பும் இல்லாததால் இது ஏற்பட்டதாகவும் திருச்சிப் பிரகடனம் கூறுகிறது. அதாவது, அனைத்து சாதியினரிடமும் மதத்தவர்களிடமும் ஓர் 'ஓர்மை உணர்வு' வேண்டுமென்று இப்பிரகடனம் கோருகிறது. "நாட்டை அந்நியரிடம் ஒப்படைத்து விட்டீர்கள்" என்று மக்களைக் குற்றம் சாட்டுகிறது.

18-ஆம் நூற்றாண்டில், வடநாடு பெரும்பாலும் மராட்டியர்களின் ஆளுகையின் கீழ் இருந்தது. மராட்டியர்கள் ஆங்கிலேயர்களுக்கு ஆதரவாகவே இருந்தனர். ஆகவே 'நாடு' என்று திருச்சி பிரகடனம் கூறுவது பாளையக்காரர்கள் ஆண்டுவந்த பகுதிகளை மட்டுமே குறிப்பதாகப் பொருள் கொள்ளலாம். அந்நியர்கள் ஆளும் பகுதிகளில் மக்கள் ஏழ்மையில் உழல்கிறார்கள் என்றும், சோற்றுக்குப் பதில் நீர்தான் உணவாகிவிட்டது என்றும் குறிப்பிடுகிறது. ஆட்சி அதிகாரத்துக்கும், மக்கள் நலம் மற்றும் ஏழ்மை ஆகியவற்றுக்கும் உள்ள தொடர்பை திருச்சிப் பிரகடனம் சுட்டிக்காட்டுகிறது. இதற்குத் தீர்வாக பாளையங்களில் உள்ள ஒவ்வொருவரும் போர்க்கோலம் பூனவேண்டும் என்றும், இந்த ஈனர்கள் மட்டுமின்றி இவர்களுக்கு தொண்டூழியம் செய்து நாயைப்போல சுகவாழ்வு வாழ விரும்புகிறவர்கள் இருந்தால், அத்தகைய பிறவிகளும் ஒழித்துக்கட்டப்பட வேண்டும் என்று வலியுறுத்துகிறது திருச்சிப் பிரகடனம்.

அவரவர்களுடைய முழு உரிமையுடன் கூடிய, இறையாண்மையுடைய அரசர்களாக (Rightful Sovereigns) விளங்கவேண்டும் என்று பிரகடனம் கூறுகிறது. ஐரோப்பிய ஆதிக்கம் ஒழிக்கப்பட்டு நவாபின் கீழ் நிரந்தர மகிழ்ச்சி பெறலாம் என்று பிரகடனம் கூறுகிறது. இதன் பொருள், நவாபின் மேலோட்டமான, பெயரளவிலான மேலாண்மையை ஏற்கலாம் என்று திருச்சிப் பிரகடனம் கூறுவதாக்க் கருதலாம்.

ஒவ்வொரு மன்னரும் தன்னுடைய இறையாண்மையுடன் ஆட்சி செய்ய வேண்டும் வடக்கிலிருந்து மட்டுமல்ல, உலகின் வேறு எந்த பகுதியில் இருந்தும், ஆங்கிலேயர் மட்டுமல்ல, வேறு எந்த இனத்தவராக இருந்தாலும் தம்மீது அரசதிகாரத்தைச் செலுத்துவது என்பதை ஏற்க முடியாது என்பதே திருச்சிப் பிரகடனத்தின் சாரமாகும்.

சின்ன மருதுவின் தலையைக் காளையார் கோயிலில் நட்டு வைத்த பிறகுதான் தமிழகப்பகுதியை சென்னை மாகாணத்துடன் ஆங்கிலேயர்களால் இணைக்க முடிந்தது; ஒற்றை இந்தியாவை ஆங்கிலேயர்களால் உருவாக்க முடிந்தது. ஒற்றை இந்தியாவை உருவாக்குவதற்காக மருது சகோதரர்கள் உயிர்ஈகம் செய்யவில்லை. தங்களுடைய இறையாண்மை அதிகாரத்தை அரசர்களுக்கு மீட்டுத்தர வேண்டும் என்பதற்காகவே களம் கண்டார்கள். அவர்களை இந்திய விடுதலைக்காக போராடியவர்கள் என்று கூறுவது அவர்களுடைய இலக்கையும், அவர்கள் போராடிய காலகட்டத்தையும், அவர்களுடைய நோக்கத்தையும் உணராமல் கூறுவதாகும். பாரத விடுதலைக்காக சின்னமருது போராடினார் என்று கூறுவது அவரை இழிவு படுத்துவதாகும்.

1857- சிப்பாய் கலகத்திலிருந்து மாறுபடும் பாளையக்காரர் புரட்சி

1857-ஆம் ஆண்டு வட இந்தியாவில் வெடித்த சிப்பாய் கலகத்தை இந்திய சுதந்திரப்போர் என்று அழைப்பதில் இந்திய தேசியவாதிகள் பூரிப்பு அடைகிறார்கள். 1857 மார்ச் 29-ஆம் தேதி மங்கள்பாண்டே என்ற பார்ப்பனப் படையாள் மேலதிகாரியின் உத்தரவுக்கு கீழ்ப்படிய மறுத்து, தனது அதிகாரியை சுட்டுக் கொன்றான். இதற்குக் காரணம், பசுக்கொழுப்பு தடவப்பட்ட துப்பாக்கித் தோட்டாக்களை பயன்படுத்துமாறு ஆங்கில அதிகாரிகள் வற்புறுத்தியதே ஆகும். அதே காரணத்திற்காக, மீரட்டில் 85 சிப்பாய்கள் அணிவகுப்பில் இருந்து வெளியேறி துப்பாக்கிகளைத் தொட முடியாது என்று மறுத்துவிட்டனர். அவர்களை விசாரித்து, அவர்களுக்கு 10 ஆண்டு சிறைத் தண்டனை விதிக்கப்பட்டது. மறுநாள் அவர்களுடைய சகாக்கள் கிளர்ந்தெழுந்து ஆங்கிலப் படை அதிகாரிகளைச் சுட்டுக் கொன்றனர். அங்கிருந்து டில்லி புறப்பட்டு சென்று, பதவி இழந்து டில்லியில் இருந்த, 81 வயதான முகலாய வம்சத்தின் கடைசி வாரிசாக இருந்த பகதூர் ஷாவை ஹிந்துஸ்தானத்தின் பேரரசர் என்று அறிவித்தனர்.

1857 சிப்பாய் கலகத்தைப் பொருத்தவரை எந்த ஒருங்கிணைப்பும் இல்லை. தங்கள் நாட்டின் இழந்த இறையாண்மையை மீட்டெடுக்க வேண்டும் என்ற இலக்கு எவருக்குமே இல்லை. வங்காளப் படைப்பிரிவு மட்டுமே கலவரத்தில் இறங்கியது. சென்னை, பம்பாய் படையணிகள் அமைதியாக இருந்தன. இக்கலகத்தில் ஈடுபட்டவர்கள்

தங்கள் சொந்தக் காரணங்களுக்காகவே இக்கலவரத்தில் ஈடுபட்டார்கள். பென்சனைக் குறைத்ததற்காகக் கோபமுற்ற, மராட்டிய அரசின் பிஷ்வா என உரிமை கோரி கான்பூரில் பிரச்சினையைத் தொடங்கிய நானாசாகிப், தன் வளர்ப்பு மகனின் வாரிசுஉரிமையை ஆங்கிலேயர் ஏற்க மறுத்ததால் களத்துக்கு வந்த ஜான்சி ராணி லட்சுமிபாய், தன் ஜமீன்தாரி உரிமையைப் பாதுகாத்துக் கொள்வதற்காக களமிறங்கிய குன்வார் சிங் போன்றவர்களே இதன் முக்கியத் தலைவர்கள். ஆளுவதற்கு நாதியின்றி ஒதுங்கியிருந்த எண்பத்தொரு வயதான முகலாய வம்சத்தின் கடைசி வாரிசாகக் கருதப்படுகிற பகதூர்ஷாவுக்கு இந்தக் கலகம் ஆங்கிலேயர்களுக்கு எப்படி எதிர்பாராத ஒன்றோ அதுபோலவே, அவருக்கும் எதிர்பாராத ஒன்று ஆகும். சிப்பாய்க் கலகத்தின் இறுதியில் கிழக்கிந்திய கம்பெனியின் ஆட்சி போய், இங்கிலாந்து மகாராணியின் நேரடி ஆட்சி ஏற்பட்டது. சிப்பாய்களின் கலகம், உள்ளூர் தலைவர்களால் கையில் எடுக்கப்பட்டதேயொழிய, அது ஒருபோதும் மக்கள் இயக்கமாக மாறவில்லை.

ஐரோப்பிய நாடுகளில் உள்ளது போன்று மனித உரிமைகளை உறுதிப்படுத்தும் சீர்திருத்தங்களை ஆங்கிலேயர்கள் புகுத்தியபோது, அதை எதிர்த்து கலகம் வெடித்தது. கான்பூரில் கலகத் தலைமையை ஏற்ற நானாசாகிப், தாந்தியா தோப்பே-யின் உதவியுடன் கான்பூரைக் கைப்பற்றினார். பெண்களையும், குழந்தைகளையும் தங்கள் உயிர்களைக் காப்பாற்றிக் கொள்ளும் வகையில், நிராயுதபாணிகளாக வெளியேற அனுமதித்தார். ஆனால் அப்படி வெளியேறும்போது 125 ஆங்கிலேயப் பெண்களும், குழந்தைகளும் படுகொலை செய்யப்பட்டனர்.

தென்னிந்தியாவில் பாளையக்காரர் போரின் போது தூத்துக்குடியில் உயிர்பிச்சை கேட்ட ஆங்கிலேய அதிகாரியின் மனைவி மற்றும் அவருடன் இருந்தவர்கள் ஆகியோருக்கு வெளியேற அனுமதி அளித்து, பத்திரமாக தப்பிச்செல்ல வாய்ப்பளித்த ஊமைத்துரையின் போர்அறம் இங்கே ஒப்பு நோக்கத்தக்கது. கலகத்தின் இறுதியில் மராத்திய பிஷ்வா என்று பிரகடனம் செய்து கொண்ட நானாசாகிப் நேபாளத்திற்குத் தப்பியோடிவிட்டார். பகதூர்ஷா நாடு கடத்தப்பட்டார்.

1857 சிப்பாய்க் கலகத்தை 'கலகம்' என்றும், 'அரசியல் கிளர்ச்சி' என்றும், 'புரட்சிக்கு முதல்படி' என்றும், பலவாறாக

வரலாற்றறிஞர்கள் விவரிக்கிறார்கள். இதுபோன்ற படைக்கலகங்கள் இதற்கு முன்னும் 1844, 1749, 1850, 1852 ஆகிய ஆண்டுகளிலும் நடந்திருக்கின்றன. ஆகவே, 1857 சிப்பாய்க் கலகம் முதல் கலகமும் அல்ல; அது விடுதலைப் போரும் அல்ல.

கொழுப்புத் தடவிய தோட்டாக்களை படைவீரர்கள் பயன்படுத்த மறுத்தும், சமையலறை பக்கம் தீண்டப்படாதவர் ஒருவர் சென்றதை எதிர்த்தும் இந்த கலகம் தொடங்கியது. படையினரின் மேல்சாதி வெறியும், தீண்டாமை உணர்வும் இக்கலகம் தொடங்க முக்கிய காரணங்கள். தென்னந்தியாவில் அனைத்து சாதிகளையும் ஒருங்கிணைக்க சின்ன மருது முயன்றார். ஆனால் வடஇந்தியாவில் சாதிவெறியில் தான் சிப்பாய்க் கலகமே தொடங்கியது.

சதி அல்லது உடன்கட்டை ஏறுதல், பெண் சிசுக்கொலை, இளமை மணம், நரபலி ஆகியவை தடுப்பு, 1856-ஆம் ஆண்டின் சமயக் குறைபாடுகளை நீக்கும் சட்டம் (மதம் மாறினாலும் சொத்துரிமை உண்டு) ஆகியவை இந்து மத வர்ணாசிரம சம்பிரதாயங்களில் ஊறிக் கிடந்தவர்களுக்கு ஏற்க முடியாததாக இருந்தது. அவர்கள் ஆங்கிலேயர்களை எதிர்த்து கலகம் செய்தார்கள். முஸ்லிம்களுக்கு பன்றிக் கொழுப்பை துப்பாக்கித் தோட்டாக்களுடன் பயன்படுத்த வற்புறுத்தியது, மொகலாய ஆட்சியை ஆங்கிலேயர் முடிவுக்கு கொண்டுவந்தது, உள்ளிட்ட பல காரணங்கள் இருந்தன

இந்து தேசியம் பேசுகிறவர்களும், இந்திய தேசியம் பேசுகிறவர்களும் 1857 சிப்பாய்க் கலகத்தை இந்திய விடுதலைப் போர் என்று வர்ணிக்கிறார்கள். வேதங்களில் இன்றைய அறுவை சிகிச்சை முறைகள் முன்னமே சொல்லப்பட்டிருக்கிறது என்று கண்டுபிடிப்பவர்களுக்கு, பசுக்கொழுப்பு விவகாரத்தால் வெடித்த கலவரத்தை ஒரு சுதந்திரப் போராட்டம் என்று கண்டுபிடிப்பது கடினமான ஒன்று அல்ல.

ஆங்கிலேயரை விரட்டியடிக்க வீரஞ்செறிந்த போர்களை வியக்கத்தக்க வகையில் நடத்தியவர் மைசூர் ஆட்சியாளர் திப்புசுல்தான். “ஸ்ரீரங்கப்பட்டினம் 30 நாட்களுக்கு மேலாக முற்றுகையிடப்பட்ட போதிலும் ஆங்கிலேயர்களால் திப்புவின் கோட்டைக்குள் நுழைய இயலவில்லை” என்று ஆங்கிலேய தளபதி மன்றோ பதிவுசெய்கிறார். திப்புவின் அமைச்சர்களுக்கும்,

அதிகாரிகளுக்கும் பெரிய அளவில் இலஞ்சத் தொகையைக் கொடுத்து, அவர்களை விலைக்கு வாங்கிய பிறகே கோட்டையை ஆங்கிலேயர்கள் கைப்பற்ற முடிந்தது. இந்திய துணைக் கண்டத்தில் மிகப்பெரிய விடுதலைப்போராட்டத்தை, ஆங்கிலேய ஆதிக்க எதிர்ப்புப் போராட்டத்தை நடத்திய திப்புவுக்கு, வரலாற்றில் உரிய இடம் தரப்படவில்லை. அதற்கு அவர் இஸ்லாமியராக இருந்ததே போதுமான காரணமாக, இந்திய வரலாற்று அறிஞர்களும், இந்திய தேசியவாதிகளும் கருதுகிறார்கள் போலும். ஆங்கிலேயரை எதிர்த்து களத்தில் வீழ்ந்த திப்புவின் வரலாறு (The Sword of Tipu Sultan) படமாக்கப்பட்டபோது, அது கற்பனைக் கதை என்று குறிக்கப்பட வேண்டும் என்று இந்திய அரசு கூறிவிட்டது. ஆகவே, ஒரு வரலாற்றை மறுப்பதும், வரலாறு அல்லாத ஒன்றை வரலாறு என்று ஏற்பதும், வரலாற்றைத் திரிப்பதும், மறைப்பதும் ஆட்சியதிகாரத்தின் துணையுடன் இந்தியாவில் நடந்தேறி வருவது புதிதல்ல. இந்தியத் துணைக்கண்டத்தில் அரசர்களுடைய இறையாண்மை மீட்புப் போர்கள் தென்னிந்திய பகுதிகளிலேயே நடத்தப்பட்டன. அவை இந்திய விடுதலைப் போர்கள் அல்ல. அவை, தனித்தனி தேசங்களின் இறையாண்மை மீட்புப் போர். கிட்டத்தட்ட ஓரிந்திய உருவாக்கம் செய்திருந்த முகலாயர்களின் அதிகாரத்தை எதிர்த்து (கர்நாடக நவாப் முகலாய அதிகாரத்தின் தென்பகுதி பிரதிநிதி) இப்போர்கள் நடத்தப்பட்டன. பின்னர், அடியாள் வேலைக்கு வந்த ஆங்கிலேயரை எதிர்த்து இப்போர்கள் தொடர்ந்தன. தன்மானமும், தனியரசும் பேணிய தென்னகத்து அரசர்கள் மற்றும் பாளையக்காரர்களின் பிணங்களின் மீதுதான் இந்தியா என்ற பெருநாடு ஆங்கிலேயர்களால் கட்டப்பட்டது.

மருதுசகோதரர்களை இழிவுப்படுத்துவது என்பதை பலர் தங்களை அறியாமலே எளிதாகச் செய்துவிடுகிறார்கள். மருது சகோதரர்கள் இந்தியாவுக்காகப் போராடினார்கள், பாரதத்திற்காகப் போராடினார்கள் என்ற ஒற்றைச் சொல்லே போதும், அவர்களை இழிவுபடுத்த, ஏனென்றால், அவர்கள் போராடியதே ஒற்றை இந்தியக் கட்டமைப்பு உருவாக்கத்தை எதிர்த்துத்தான்.

தமிழகத்தில் தொடங்கிய இந்திய விடுதலைப் போர் அங்குதான் நிறைவு பெறும்!

- குமரிமைந்தன்

ஆங்கிலரை எதிர்த்து இந்திய மக்கள் நடத்திய முதல் போர் வடக்கில் சிப்பாய்க் கலகம் என்று ஆங்கிலர் எழுதிய வரலாற்று வரைவின் அடிப்படையில் கூறப்படும் போர்களே என்று இந்திய அரசு கூற அதையே படித்தவர்கள் எனப்படுவோர் கூறும் நிலை இன்று உள்ளது.

ஆனால் ஆங்கிலர் ஒவ்வொரு பகுதியாகப் பிடிக்கப் பிடிக்க வேடிக்கை பார்த்து இருந்துகொண்டு இறுதியில் விழித்துத் திமிறி அடங்கிவிட்ட ஓர் எதிர்ப்புதான் சிப்பாய்க் கலகம் என்று ஆங்கிலராலும் முதல் இந்திய விடுதலைப் போர் என்று இந்திய ஆட்சியாளர்களாலும் அழைக்கப்படும் 1857ஆம் ஆண்டைய போர். ஆனால் அதற்கு அரை நூற்றாண்டுக்கும் முன்பே தமிழகம் தன் எதிர்ப்பைப் பல முனைகளில் வெளிப்படுத்தியுள்ளது.

ஆங்கிலேயரை முதன்முதலில் எதிர்த்த ஐதர் அலியும் அவரது மைந்தன் திப்பு சுல்தானும் வீழ்ந்த பின் களமிறங்கிய வீரபாண்டிய கட்டபொம்மன், பூழித்தேவன் ஆகியோரை நாம் மறக்கக் கூடாத அதே நேரத்தில் சரியான முறையில் அறிமுகப்படுத்தப்படாத மருதுபாண்டியர்கள் பற்றியும் அவர்கள் உருவாக்கிய தென்னிந்தியக் கூட்டமைப்பு பற்றியும் அதன் செயற்பாடுகள் பற்றியும் அனைவரும் அறிந்துகொள்வது இன்றியமையாதது. இந்தியாவின் தென்கோடியிலிருந்து மும்பை வரையுள்ள பாளையங்கள் மட்டத்திலுள்ள உள்ளூர் ஆட்சியாளர்களை அவர்கள் ஒருங்கிணைத்தனர். இதில் திண்டுக்கல் விருப்பாட்சி நாயக்கருக்கும் முகாமையான பங்குண்டு. ஆங்கிலரை எதிர்த்து அவர்கள் திருச்சி

கோட்டை வாயிலில் பிரஞ்சுப் புரட்சியாளர்கள் வெளியிட்டதற்கு இணையான ஒரு விடுதலை அறிக்கையை ஒட்டினர். சீரங்கத்து அறிக்கை என அறியப்படும் அவ்வறிக்கையில் குறிப்பிட்டிருந்தவை: இதைக் காண்போர் அனைவரும் கவனத்துடன் படிக்கவும். ஜம்பு தீபகற்பத்திலுள்ள ஜம்புத் தீவில் வாழும் அந்தணர்கள், சத்திரியர்கள், வைசியர்கள், சூத்திரர்கள், முசல்மான்கள் முதலான அனைத்துச் சாதியார்க்கும் தெரியப்படுத்தும் அறிவிப்பு என்னவென்றால், மேன்மை தாங்கிய நவாபு முகமது அலி அவர்கள் முட்டாள்தனமாக ஐரோப்பியர்களுக்கு நம்மிடையே இடங்கொடுத்து விட்டதன் காரணமாக இப்போது அவர் ஒரு விதவைபோல் ஆகிவிட்டார். ஐரோப்பியர்களோ தங்களுடைய வாக்குறுதிகளை மீறி அவருடைய அரசாங்கத்தையே தங்களுடையதாக ஆக்கிக் கொண்டு நாட்டு மக்கள் அனைவரையும் நாய்களாகக் கருதி ஆட்சியதிகாரம் செய்து வருகிறார்கள். உங்களிடையே ஒற்றுமையும் நட்பும் இல்லாத காரணத்தினால், ஐரோப்பியரின் சூழ்ச்சியைப் புரிந்து கொள்ள இயலாமல், உங்களுக்குள் ஒருவரை யொருவர் பழிதூற்றிக் கொண்டது மட்டுமின்றி, நாட்டையும் அந்நியரிடம் ஒப்படைத்து விட்டீர்கள். இந்த ஈனர்களால் இப்போது ஆளப்படும் பகுதிகளிலெல்லாம், மக்கள் பெரிதும் ஏழ்மையில் உழல்கிறார்கள்; சோற்றுக்குப் பதில் நீராகாரம்தான் உணவு என்று ஆகிவிட்டது. இப்படித் துன்பப்படுவது தெரிந்த போதிலும் எக்காரணங்களினால் இத்துன்பங்கள் ஏற்பட்டன என்பதைப் பகுத்தாராயவும் புரிந்துகொள்ளவும் இயலாத நிலையில் மக்கள் இருக்கின்றனர். ஆயிரம் ஆண்டுகள் வாழ்வதாக இருந்தாலும் மனிதன் கடைசியில் செத்துத்தான் ஆக வேண்டும். ஆதலால் பாளையங்களில் உள்ள ஒவ்வொருவரும் போர்க்கோலம் பூண்டு ஒன்றுபட வேண்டும். இந்த ஈனர்களின் பெயர்கள் கூட நாட்டில் மிஞ்சியிருக்காமல் செய்யவேண்டும். அப்போதுதான் ஏழைகளும் இல்லாக் கொடுமையால் அல்லல் படுவோரும் வாழ முடியும். அதே நேரத்தில் இந்த ஈனர்களுக்கு தொண்டூழியம் செய்து நாயைப் போல சுகவாழ்வு வாழ விரும்புகிறவன் எவனாவது இருந்தால் அத்தகைய பிறவிகள் ஒழித்துக் கட்டப்பட வேண்டும். ஆதலால்..... மீசை வைத்துக் கொண்டிருக்கும் நீங்கள் எல்லோரும், அதாவது இராணுவம் அல்லது மற்ற தொழில்களில் ஈடுபட்டிருக்கும் நீங்கள் அனைவரும் மற்றும் ஈனமான அந்நியன் கீழ்த் தொண்டு புரியும் சுபேதார்கள், அவில்தார்கள், நாயக்கர்கள், சிப்பாய்கள் மற்றும் போர்க்

கருவிகளைப் பயன்படுத்தும் அனைவரும் உங்களுக்கு வீரமிருந்தால் அதைக் கீழ்க்கண்டவாறு நீங்கள் வெளிப்படுத்த வேண்டும். ஐரோப்பியர்களாகிய இந்த ஈனர்களை எவ்விடத்தில் கண்டாலும் கண்ட இடத்தில் அவர்களை அழித்து விடவேண்டும்... இந்த ஈனர்களுக்கு எவனொருவன் தொண்டூழியம் செய்கிறானோ அவனுக்கு இறந்தபின் மோட்சம் கிடையாது என்பதை நான் உறுதியாகக் கூறுவேன்... இதை ஏற்றுக் கொள்ளாதவன் வைத்திருக்கும் மீசை என்பது என்னுடைய அடி மயிருக்குச் சமமானது... இதனை ஏற்றுக் கொள்ளாதவனுடைய பிள்ளைகள் ஐரோப்பிய ஈனப்பிறவிகளுக்குத் தன்னுடைய மனைவியைக் கூட்டிக் கொடுத்தவன் பெற்ற பிள்ளைகள் ஆவார்கள். எனவே, உடம்பில் ஐரோப்பியனின் ரத்தம் ஓடாத அனைவரும் ஒன்று சேருங்கள்!.... இதைப் படிப்பவர்களோ கேட்பவர்களோ இதில் கூறியிருப்பதைப் பரப்புங்கள்... எவனொருவன் இந்த அறிவிப்பை ஒட்டப்பட்ட சுவரிலிருந்து எடுக்கிறானோ அவன் பஞ்சமா பாதகங்களைச் செய்தவனாகக் கருதப்படுவான்...

இப்படிக்கு, மருது பாண்டியன்,

பேரரசர்களின் ஊழியன்,

ஐரோப்பிய ஈனர்களின் ஜென்ம விரோதி

இந்தப் பெரும்படையின் பிரிவுகள் கோவை உள்ளிட்ட மேற்குத்தொடர்ச்சி வேலூர் உள்ளிட்ட சவ்வாது மலைப் பகுதிகளிலும் நிலைநிறுத்தப்பட்டிருந்தன.

நல்ல முறையில் வகுக்கப்பட்டிருந்த இவர்களது தாக்குதல் திட்டம் கசிந்துவிட்டதால் ஆங்கிலர் முந்திக்கொண்டு தாக்குதலைத் தொடங்கினர். ஓராண்டு தொடர்ந்த இந்தப் போரின் இறுதியில் ஆங்கிலர் வேலுநாச்சியார் கணவர் முத்துவடுகத்தேவரின் உறவினர் என்ற பெயரில் வேங்கை பெரிய உடையனத் தேவர் என்ற ஒருவரைப் பிடித்து சிவகங்கை நாட்டுக்கு அரசர் என்று அறிவித்தனர். அதனால் மருதுபாண்டியர் படையிலிருந்த மறவர்களில் பெரும்பாலோர் அவரைக் கைவிட்டு சாதி உண்ர்வால் எதிரிகள் பக்கம் சாய்ந்ததாலேயே மருதுபாண்டியரின் இறுதித் தோல்வி நிகழ்ந்தது.

சேர்வைக்காரர் எனப்படும் அகமுடையார் சாதியினரான மருதிருவரின் படைத்திறன் கண்டு அவர்களை படைத்தலைவர்களாக

வைத்திருந்தார் காளையார் கோயிலைத் தலைநகராகக் கொண்டு சிவகங்கைச் சீமையை ஆண்டுவந்த முத்துவடுகத் தேவர். ஆங்கிலர் எதிர்பாரா வகையில் தாக்கியதால் அவர் போர்க்களத்தில் இறக்க தன்னையும் மகளையும் காக்க மருதிருவரோடு விருப்பாச்சிக்குத் தப்பியோடி பின்னர் ஐதர் அலி உதவியுடன் காளையார் கோயிலை மீட்டார் அரசி வேலுநாச்சியார். இந்தப் போர்களின் போதுதான் சக்கிலியர் குலத்தைச் சேர்ந்த வீர மகள் குயிலி தற்கொலைப் படையாக மாறி உடலில் வெடிமருந்தைக் கட்டி ஆங்கிலரின் வெடிமருந்துக் கிடங்கை அழித்த அருஞ்செயல் நிகழ்ந்தது. மருதிருவரைத் தன் மகன்களாக வரிதது‌க் கொண்டதைப் பயன்படுத்தித்தான் ஆங்கிலர் போட்டி அரசனை உருவாக்கி சிவகங்கைப் படையை உடைத்தனர். முத்துவடுகத்தேவர் தொடங்கி மருதிருவர் ஆட்சிக்காலம் முடிய சாதி, சமய, மொழி வேற்றுமை காட்டாமை என்பது அதன் சிறப்பு.

நடிகர் சிவாசி கணேசன் நடித்து வெளிவந்த வீரபாண்டிய கட்டபொம்மன் வெளிவந்த அன்றே அப்போது தி.மு.க.விலிருந்த கண்ணதாசன் சிவகங்கைச் சீமை என்றொரு படம் எடுத்து வெளியிட்டார். கட்டபொம்மன் படத்தைவிட விறுவிறுப்பான கதைக்களத்தைக் கொண்ட இப்படத்தைத் தன் பாடல் திறனைக் காட்டுவதற்காகவோ என்னவோ குமாரி கமலா என்ற நடிகையின் ஆடலாலும் தன் பாடல்களாலும் படைத்தை நிறைத்து சலிப்பூட்டுவதாகப் படைத்துத் தோல்வியடையச் செய்தார். வரலாற்று அறிவில் குறைவற்றவரான அவர் அதை முறைப்படி எடுத்து வெளியிட்டிருப்பாரேயானால் அன்றே வேலுநாச்சியார், மருதிருவர் ஆகியோரின் சிறப்பு தமிழக மக்கள் மனதில் அழுத்தமாகப் பதிந்திருக்கும் என்பதையும் இங்கு குறிப்பிட வேண்டும்.

வலை தளங்களில் தேடினால் வேலுநாச்சியார், மருதிருவர் பற்றிய வரலாற்றுச் செய்திகள் முற்றிலும் சாதிச் சார்புடன் எழுதப்பட்டு பல உண்மைகள் மறைக்கப்பட்டுள்ளன. கட்டபொம்மன் மறைந்து மருதிருவர் தலைமையில் ஆங்கிலருக்கு எதிராக நடந்த போர்களின் முழுச் செய்திகளையும் தொகுத்து South Indian Rebellion (தென்னிந்தியப் புரட்சி) என்ற தலைப்பில் பேரா.கே.இராசய்யன் என்பவர் ஒரு நூல் எழுதியுள்ளார். அவர் மதுரை காமராசர் பல்கலைக் கழகத்தில் வரலாற்றுத் துறைத் தலைவராக இருந்தார். தன் நூலை

இந்திய விடுதலைப் போரின் போதும் விடுதலைக்குப் பின் குமுக நயன்மை(சமூக நீதி)க்காகவும் போராடி உயிர் நீத்தவர்களுக்காகக் காணிக்கையாக்கியிருந்தார். அது மட்டுமல்ல, அமைதி வழியில் விடுதலை பெறுகிறேன் என்று தொடங்கிய காந்தி பாக்கித்தான் பிரிவினைக்கு இணங்கியதால் நேரிட்ட படுகொலைகளில் நிகழ்ந்த உயிரிழப்புகள் ஆயுதம் தாங்கிய விடுதலைப் போரில் ஏற்பட்டிருந்தால் நாட்டு மக்களிடையில் சாதி, சமய, மொழி, இன வேறுபாடுகளை மீறிய ஓர் உணர்வொன்றிய ஒருமைப்பாடும் ஏற்பட்டிருக்குமே என்றும் கூறியிருந்தார். இது போதாதா, தன்னிடம் வரும் பெண் ஆய்வாளர்களிடம் தவறாக நடந்துகொண்டதாக ஒரு குற்றச்சாட்டைப் புனைந்து அவரைப் பல்கலைக் கழகத்திலிருந்து வெளியேற்றினர். இதில் பல்கலைக் கழக வளாகத்தில் அங்கிங்கெனாதபடி எங்கும் நிறைந்திருக்கும் சாதி உணர்வுகளுக்கும் பங்கு உண்டு. அந்த இடத்தில் தமிழையும் தமிழக மக்களையும் வெறுக்கும் ந.சுப்பிரமணியன் என்ற பார்ப்பனரான வரலாற்றுப் பேராசிரியர் அமர்ந்தார்.

தமிழகப் பல்கலைக் கழகங்களில் வரலாறு, தமிழ்த் துறைகளில் பணியாற்றுவதும் தமிழ்த்துறை வரலாற்றுத்துறைப் பேராசிரியர்கள் துணைவேந்தர் பதவி பெறுவதும் எளிதல்ல. அம்மணர்(சமணர்)களான பனியாக்களின் சமய முதல்வரான மகாவீரருக்கு முன் தமிழகத்தில் எந்த நாகரிக வளர்ச்சியும் இருந்ததாகக் கூறக்கூடாது, ஆடையின்றி அம்மணமாகத் தம் மயிரைத் தாமே பிடுங்கிக் கொண்டு திரிந்த மனம் பிறழ்ந்த அம்மணர்களே தமிழர்களுக்கு நாகரிகம் கற்பித்தனர் என்று ஆய்வு நூல்கள் எழுத வேண்டும். எடுத்துக்காட்டாக மதுரைப் பல்கலைக் கழகத்தில் துணை வேந்தராவதற்கு முன் பண்டிதர் மு.வரதராசனார் கி.மு.4ஆம் நூற்றாண்டுக்கு முன் தமிழில் இலக்கியங்களே தோன்றவில்லை என்று கூறும் தமிழ் இலக்கிய வரலாறு என்ற நூல் எழுதி அவரது பற்றாளர்கள் அனைவரின் கண்டனத்துக்கும் ஆளானார். திருநெல்வேலி மனோன்மணியம் சுந்தரனார் பல்கலைக் கழகத் துணை வேந்தராக இருந்த க.ப.அறவாணன் அம்மணர்களிடமிருந்தே தமிழர்கள் நாகரிகம் கற்றுக்கொண்டனர் என்று வரிசையாக நூல்கள் எழுதி பனியாக்களின் பரிவைப் பெற்றவர். தமிழ்ப் பல்கலைக் கழகத்

துணைவேந்தராக இருந்த வ.அய்.சுப்பிரமணியத்துக்குத் தமிழையும் தமிழ்ப் பண்பாட்டையும் குறைத்துக் கூறுவதில் தனி இன்பம். அதே நேரத்தில் மதுரை காமராசர் பல்கலைக் கழகத்தில் துணைவேந்தராயிருந்த வ.சுப.மாணிக்கனாரை நான் தமிழில் மொழிபெயர்த்திருந்த எல்லிசின் பாசனம் நூல் வெளியிடுவதற்கு உதவுவது பற்றி சந்தித்த போது அவர் சிறைப்பட்ட ஒரு மனநிலையிலிருந்ததை வெளிப்படுத்தினார். "மனம் தளராதீர்கள்" என்று மட்டும் மீண்டும் மீண்டும் கூறி என்னை விடுத்தார்.

மேலே கூறிய நிகழ்ச்சியில் எவ்வாறு சாதி அடிப்படையில் மருதிருவரைக் காட்டிக் கொடுத்துக் கட்சி மாறினார்களோ அப்படித்தான் வீரபாண்டியன் - மாலிக்காபூர் போரின் போது போர் நடுவில் வீரபாண்டியன் படையிலிருந்த முகம்மதியர்களில் 20,000 பேர் கட்சி மாறியதால் பாண்டியன் வீழ்ந்து முகம்மதியர் ஆட்சி அமைந்தது. இவ்வாறு சாதி, சமயங்களின் அடிப்படையில் நாட்டை அயலவர்களுக்குக் காட்டிக்கொடுத்த தமிழக வரலாற்றின் தொடர்ச்சியாக இப்போது மொழி அடிப்படையில் தமிழக மக்களை பிளவுபடுத்தி அதன் எதிரியாகிய பனியா - பார்சி - வல்லரசியக் கூட்டணிக்குக் காட்டிக்கொடுக்கும் ஒரு மாபெரும் ஒற்று வேலை வெளிப் பணத்தின் ஒரு பெரும் பாய்ச்சிலின் பின்னணியில் நடைபெற்றுக்கொண்டிருக்கிறது. காமராசர் காலம் தொட்டும் அதற்கு முன்பும் கல்விக் கூடங்கள் தொடங்கி பிறரெல்லாம் கல்விகற்று அன்று ஐந்தாண்டுத் திட்டங்களால் அளவின்றிப் பெருகிய வேலைவாய்ப்புகளைப் பெற்றோர்களின் பிள்ளைகள் அப்பின்புலத்தில் நல்ல படிப்பும் வேலைகளும் பெற்று வருவதைக் கண்டு அன்று சாதித் திமிரால் தம் பிள்ளைகளின் படிப்பைப் புறக்கணித்தோரின் அடுத்த தலைமுறையினரின் பிள்ளைகள் நடந்தது தெரியாமல் அவ்வொற்றர்களின் பின்னால் அணிவகுக்கின்றனர்.

கடந்த பல நூற்றாண்டுகளாக கோயில்களிலும் மடங்களிலும் இலவய உண்டி, உடை, உறைவிட வசதிகளுடன் பார்ப்பனர்களும் சிவனிய வெள்ளாளர்களும் படித்து அரசுப் பணிகளையும் பெற்று வந்தனர். அதிலும் பூசகர்களாக இருந்த பார்ப்பனர்கள் தங்கள் கட்டுப்பாட்டிலிருந்த தேவதாசிகளைப் பயன்படுத்தி அதிகப் பயன்களைப் பெற்றுவந்தனர். இதில் அவ்வப்போது பார்ப்பனருக்கும் வெள்ளாளருக்கும் முரண்கள் தோன்றின. இவ்வாறு

வெள்ளையர்கள் இந்தியாவைக் கைப்பற்றிய காலத்தில் தமிழகத்து அரசு வேலைகள் அனைத்திலும் பார்ப்பனர்கள் அமர்ந்துகொண்டனர். இதன் மூலம் இன்னொரு முரண்பாடு இந்த "மேல்"சாதிகளுக்கிடையில் உருவானது. ஆனால் முன் உருவானவற்றுக்கும் இதற்கும் ஒரு வேறுபாடு உண்டு.

இந்திய - தமிழ்க் குமுகம் தொழில் - வாணிகம் செய்யும் மக்களை இழிவானவர்களாகப் பார்ப்பது. அடியவர் பாங்கிலும் வினைவலர் பாங்கிலும் கடிவரை இல புறத்து என்மனார் புலவர் என்பது தொல்காப்பியம். அடிமைகளுக்கும் தொழில்களில் ஈடுபடு வோருக்கும் அக வாழ்வு, அதாவது திருமண உரிமை கிடையாது (அதாவது இவ்வகுப்புப் பெண்களை மேல் வகுப்பார் தம் விருப்பம் போல் கையாளலாம்)என்பது இதன் பொருள். நமது வருண வரிசையிலும் வாணிகர்களும் உழவர்களும் இறுதியில்தான் வைக்கப்பட்டுள்ளனர். வலங்கை 98, இடங்கை 98 என்ற சாதிப்பாகுபாட்டிலும் வாணிகர்களும் ஐந்தொழிற் கொல்லர்களும் இடங்கையினராகவே வைக்கப்பட்டுள்ளனர். இடங்கையினருக்குச் செருப்பணிய, குடை பிடிக்க என்று 72 உரிமைகள் மறுக்கப் பட்டிருந்தன. இந்தப் பின்னணியில் தொழில் - வாணிகங்களை ஊக்கிய ஆங்கிலராட்சியில் அன்றைய சென்னை இராசதானியில் அடங்கிய தமிழ், தெலுங்கு, மலையாளம், கன்னடம் ஆகிய பேசும் மக்களைக் கொண்ட பகுதிகள் அடங்கியிருந்தன. இந்த இராசதானியிலுள்ள பணம் படைத்தோர் தொழில் முனைவுகளில் ஈடுபட அரசை அணுகிய நேரங்களில் அலுவலகங்களில் அங்கிங்கெனாதபடி எங்கும் நிறைந்திருந்த பார்ப்பனர் அவர்களை அலைக்கழித்து இழிவுபடுத்தினர். இதனால் உருவான கசப்புணர்வு இப்பெருமக்களை ஒன்றிணைத்தது. தமிழகத்தின் பொருளியலை விரைவாகக் கைப்பற்றி வந்த மார்வாரி - குசராத்தி பனியாககளுக்குச் சார்பாகவும் உள்நாட்டு மக்களுக்கு எதிராகவும் செயற்பட்ட இந்தப் பார்ப்பனர்களைக் களத்திலிருந்து அகற்றி சென்னை இராசதானியின் பொருளியலை உள்நாட்டு மக்களுக்குத் திறந்துவிடுவதற்காக என்றுதான் இந்த நான்கு மொழி பேசும் பணம் படைத்தோர், சிற்றரசர்கள், பெருநிலக்கிழார்கள், இடைக்கிழார்களாகிய சமீன்தார்கள் ஒன்றிணைந்து சென்னை அரசதானியின் பொருளியல் தற்சார்பு, சாதிய ஒடுக்குமுறை எதிர்ப்பு என்ற இரு பெரும்

குறிக்கோள்களை முன்வைத்து தென்னிந்திய நலவுரிமைச் சங்கத்தை 1916இல் தொடங்கினர்.

கிட்டத்தட்ட இதே காலகட்டத்தில் வாணிகத்தாலும் தொழில் - வேளாண்மைகளிலிருந்தும் பெரும் செல்வம் படைத்த சாதியாக வளர்ந்த நாடார்கள் தங்களுக்கு உரிய குமுக மதிப்பு வேண்டும் என்பதற்காகவும் தங்கள் பொருளியல் நிலையை உயர்த்திக்கொள்ளவும் நாடார் மகாசன சங்கம் என்ற அமைப்பை உருவாக்கினர். இச்சங்கத்தினர் தென்னிந்திய நலவுரிமைச் சங்கத்துடன் கூட்டணி வைத்துக்கொள்ள தலைவர்களை அணுகினர். அவர்களும் ஏற்றுக்கொண்டு அடுத்து வந்த தேர்தலில் இவர்களுக்கு இரண்டு சட்ட மன்ற உறுப்பினர் பதவிகளை வழங்கினர். தமிழகத்தில் பிற்படுத்தப்பட்ட மக்களுக்கு கல்வியிலும் வேலைவாய்ப்பிலும் ஒதுக்கீடு, தேவதாசி முறை ஒழிப்பு என்று புரட்சிகரமான திட்டங்களை செயற்படுத்தியதுடன் பல நூற்பாலைகள், சவளி ஆலைகள், பல்வேறு தொழில்கள் தொடங்க உறுதுணையாக இருந்ததும் இக்கட்சியின் ஆட்சியே.

காந்தியின் பின்னணியில் பேரவைக் கட்சியின் செல்வாக்கு வளர்ந்த நிலையில் தென்னிந்திய நல உரிமைச் சங்கத்திலிருந்த (நீதி என்ற பொருள் தரும் Justice என்ற ஓர் இதழை நடத்தியதால் அவ்விதழின் பெயரால் Justice கட்சி - அதாவது நீதிக் கட்சி என்றே குறிப்பிட்டனர் குறிப்பிடுகின்றனர். நாம் தூய தமிழில் நயன்மைக் கட்சி என்று அழைப்போம்) பணம் படைத்தவர்களில் மிகப் பெரும்பாலரும் அக்கட்சிக்குத் தாவிவிட்டனர். மதுரை தியாகராயர் நூற்பாலை, தியாகராயர் பொறியியல் கல்லூரி ஆகியவற்றின் நிறுவனரான கருமுத்து தியாகராயச் செட்டியார் மட்டும் இறுதிவரை நயன்மைக் கட்சியில் இருந்தார். தமிழ் நாடு என்ற நாளிதழையும் தூய தமிழில் நடத்தினார்.

இதே கால கட்டத்தில் ஈரோட்டைச் சேர்ந்த ஈ.வெ. இராமசாமிக்கும் சேலத்தைச் சேர்ந்த இராசகோபாலாச் சாரிக்கும் பேரவைக் கட்சியினுள் யார் பெரியவர் என்ற போட்டி உருவானது. கட்சியில் பார்ப்பனர்களின் செல்வாக்கு மிகுந்திருந்தது. தேர்தல்களில் அவர்களுக்கே சட்டமன்றங்களுக்குப் போட்டியிடும் வாய்ப்புகள் கிடைத்தன. இதனால் மனக்கசப்புற்ற இராமசாமியார் தேர்தலில் போட்டியிடும் வேட்பாளர் தேர்விலும் கல்வியிலும் அரசு

வேலைவாய்ப்புகளிலும் சாதிவாரி ஒதுக்கீடு வேண்டுமென்று குரலெழுப்பினார். பேரவைக் கட்சி மாநாடுகளில் தொடர்ந்து இது குறித்த அவரது தீர்மானங்களைக் கட்சி மறுதலித்ததால் இறுதியில் 1925இல் பேரவைக் கட்சியிலிருந்து வெளியேறி சுயமரியாதை இயக்கம் எனப்படும் தன்மான இயக்கத்தைத் தொடங்கினார். பார்ப்பனர் தவிர்த்த பிற சாதியார் மீது அவர்கள் செலுத்தும் மேலாளுமைக்கும் மட்டுமல்ல பொதுவான சாதிய ஒடுக்குமுறைக்கு எதிராகவும் திராவிடமாகிய தென்னகத்தின் மீது குசராத்தி, மார்வாரி பனியாக்கள் நடத்தும் பொருளியல் சுரண்டலுக்கு எதிராகவும் தனித் திராவிடநாடு அமைக்கவும் போராடுவதாக கட்சியின் கொள்கையை அறிவித்தார். அவரோடு நாடார் மகாசன சங்கத்தைச் சேர்ந்த ஊ.பு.அ.சவுந்திரபாண்டியனார் இணைந்து செயற்பட்டார். இயக்கம் நடத்தும் கூட்டங்களில் ஆதிக்க சாதியினர் கலவரங்களும் தாக்குதல்களும் நடத்திவந்த சூழலில் சவுந்திரபாண்டியனார் ஆணையில் தூத்துக்குடியிலிருந்து வரும் பாதுகாவலர்களுடன் உள்ளூர் முற்போக்கு எண்ணம் கொண்ட இளைஞர்களும் இணைந்து பாதுகாப்பளித்து இயக்கம் தமிழகத்தின் பட்டிதொட்டிகளிலெல்லாம் வேரூன்றியது. பாண்டியனார் அச்சம் தவிர்த்த அண்ணல் என்று இன்றும் போற்றப்படுகிறார்.

1943 தேர்தலில் தோல்வியுற்றதைத் தொடர்ந்து நயன்மைக் கட்சியை அதன் தலைவர்கள் இராமசாமியாரிடம் ஒப்படைத்தார்கள். 1944இல் சேலத்தில் நடக்க இருந்த மாநாட்டின் முதல் நாள் பாண்டியனார், கி.ஆ.பெ.விசுவநாதன், திரிகூடசுந்தரம் பிள்ளை போன்ற பழம் தலைவர்களுடன் கலந்து இயக்கத்துக்கு தமிழர் கழகம் எனப் பெயரிட வேண்டுமென்று தீர்மானித்திருந்த நிலையில் இரவில் கமுக்கமாகக் கூடி முடிவு செய்தவாறு மறுநாள் மாலையில் அண்ணாத்துரையைக் கொண்டு திராவிடர் கழகம் என இயக்கத்துக்குப் பெயர் மாற்றியிருப்பதாக ஒரு தீர்மானத்தை நிறைவேற்றினர். இதனால் பழைய தலைவர்கள் ஓரங்கட்டப்பட்டு புதிய தலைமுறையினர் புகுத்தப்பட்டனர்.

இந்த காலகட்டத்தில் இந்திய அளவில் நடைபெற்ற அரசியல் நிகழ்வுகளைப் பார்ப்போம். சீனம் ஒரே பேரரசரின் கீழ் இருந்ததால் அங்கு பல்வேறு ஐரோப்பிய நாடுகளும் தங்களுக்கென்று, தங்கள் நாட்டுச் சட்டங்கள் மட்டும் செயல்படும் தனித்தனி சிறப்புப்

பொருளியல் மண்டலங்களை அமைத்திருந்தன (இன்றை பொருளியல் மண்டலங்களும் உள்ளடக்கத்தில் அத்தகையவே). காலங்கடந்து அங்கு நுழைய முயன்ற அமெரிக்கா முழுச் சீனத்தையும் அனைத்து நாடுகளுக்கும் திறந்துவிடும் ஒரு திறந்த வாயில் கோட்பாட்டை முன்வைத்து வெற்றி பெற்றது. அதே நேரம் இந்தியா முழுவதற்குமான ஒரு பேரரசு இல்லாததோடு நாடு ஒட்டுமொத்தமாக ஆங்கிலர் பிடிக்குள் இருந்ததால் அது வேறோர் உத்தியைக் கையாண்டது. அமெரிக்கரான ஆல்காட் என்பவரும் உருசியாவிலிருந்து குடிபெயர்ந்த பிளாவட்கி என்ற பெண்மணியும் பிறரும் இணைந்து உருவாக்கிய இறையியல் கழகம் (பிரம்மஞான சபை)யின் ஒரு கிளையை இந்தியாவுக்கு விடுத்தனர். அவர்களுடைய கோட்பாடு ஆரியர்கள் உருவாக்கிய வேதங்கள் முதலிய படைப்புகள் ஒட்டுமொத்த மனிதச் சிந்தனைகளின் ஒப்புயர்வற்ற வெளிப்பாடுகள், அவற்றை உலகெங்கும் பரப்புவதே மனித இனம் உய்வதற்கான வழி என்பதாகும். மும்பை வந்திறங்கிய அவர்களை அங்கிருந்த எவரும் கண்டுகொள்ளவில்லை. எனவே அவர்கள் சென்னை வந்தனர். இங்கு சாதி எதிர்ப்புக் கருத்துகளோடு இந்து மதச் சீர்திருத்த இயக்கங்கள் பல்கிளைகளைப் பரப்பி வளர்ந்திருக்க அவற்றைக் கண்டு கிலியடைந்திருந்த மத, சாதி வெறியர்கள் இவர்களை மோய்த்து அணைத்துக்கொண்டனர். இறையியல் கழகம் சென்னை அடையாற்றில் வேரூன்றியது. இவர்களுடைய பரப்பல் ஆரியர்கள் உருவாக்கிய சாதி - வருணம் சார்ந்த ஒப்பற்ற குமுக அமைப்பை ஆங்கில ஆட்சியாளர்கள் அழிக்கிறார்கள், அவர்களை அகற்றி அவற்றை மீட்க வேண்டும் என்பதே.

இந்நிலையில் இந்திய அரசில் உயரதிகாரியாயிருந்து ஓய்வு பெற்ற அக்டோவியன் இயூம் என்ற ஆங்கிலர் இறையியல் கழகத்தில் உறுப்பினரானார். அங்கு ஆங்கிலர் ஆட்சிக்கு எதிரான பரப்பல் நடப்பதைக் கண்டு இதற்கு எதிர் இயக்கம் ஒன்று தொடங்கத் திட்டமிட்டு இந்திய அரசில் பணிபுரியும் ஆங்கில மற்றும் இந்திய அதிகாரிகளின் நலன்களைக் காப்பதற்கும் கல்வி பெற்ற இந்தியர்களுக்கு ஆட்சிப் பதவிகளில் கூடுதல் வாய்ப்புகளைப் பெறுவதற்கும் என்ற பெயரில் இந்தியத் தேசியப் பேரவை என்ற கட்சியை 1885இல் தொடங்கினார். இந்தக் கட்சியின் தொடக்க கால நடவடிக்கைகள் சாதியத்துக்கும் வருண அமைப்புக்கும் எதிரான

ஆங்கில அரசின் நடவடிக்கைகளை எதிர்ப்பதாகவே இருந்தது. தமிழகத்திலும் 20ஆம் நூற்றாண்டுத் தொடக்கத்தில் வாஞ்சிநாதன், வ.வே.சு.ஐயர் போன்றோரின் செயற்பாடு அத்தகையதாகவே இருந்தது. இதில் ஒரு புரட்சியை ஏற்படுத்திய பெருமை தமிழகத்தையே சேரும். வாணிகத்துக்காக வந்து நாட்டைக் கைப்பற்றிய ஆங்கிலரை எதிர்க்க பொருளியல் உத்திகளையே கையாள வேண்டும் என்ற கண்ணோட்டத்துடன் களமிறங்கியவர் தமிழகத்தைச் சேர்ந்த வ.உ.சிதம்பரனார்.

இன்றைய தூத்துக்குடி மாவட்டம் ஒட்டப்பிடாரத்தைச் சேர்ந்த வ.உ.சிதம்பரனார் சிறந்த வழக்கறிஞர். பாரதியார், சுப்பிரமணிய சிவா போன்ற தேசிய விடுதலை வீரர்களுடன் இணைந்து செயற்பட்டு தொழிலாளர் இயக்கங்களிலும் பங்கேற்றவர். ஆங்கிலக் கப்பல் போக்குவரத்து நிறுவனங்களுக்குப் போட்டியாக தாமும் ஒரு கப்பல் போக்குவரத்து நிறுவனம் நடத்தத் திட்டமிட்டு திலகர் போன்றோரும் தமிழகத்திலுள்ள பணம் படைத்தோர் சிலரும் முதலிட்டு உதவ செயல்படுத்தினார். தூத்துக்குடியிலிருந்து கொழும்புக்கு சுதேசிக் கப்பல் நிறுவனம் என்ற பெயரில் கப்பல் விடத்தொடங்கினர். அதாவது அன்றுவரை இந்தியாவின் சாதிய - வருணக் கட்டமைப்பை ஆங்கிலர் உடைப்பதற்கு எதிராகப் போராட அணிதிரண்ட பேரவைக் கட்சியினுள் பொருளியல் விடுதலைப் போர் என்ற புதுக் கோட்பாட்டைப் புகுத்தியதிலும் தமிழகத்துக்கு முன்னோடிப் பங்கு உண்டு. அவரது இந்த முயற்சியைக் கண்டு மிரண்ட ஆங்கிலர்கள் இலவசமாகத் தங்கள் போக்குவரத்துக் கப்பல்களில் ஆட்களை ஏற்றியது மட்டுமின்றி குடைகளையும் பரிசாக வழங்கினர். வ.உ.சி.யும் அதே உத்தியைக் கைக்கொள்ள திணறிய ஆங்கிலர்கள் ஒரு கருப்பாட்டைக் கொண்டு அவர் மீது ஏமாற்று வழக்குப் பதிந்து சிறையிலடைத்து உலகில் எங்குமில்லாத நடைமுறையாக சிறையில் செக்கை நிறுவி அவரை இழுக்க வைத்துக் கொடுமை புரிந்தனர்.

சிதம்பரனார் முன்வைத்த அறைகூவலை எதிர்கொள்ள வாய்ப்பாக தென்னாப்பிரிக்காவில் ஆங்கிலர் கண்டெடுத்த ஆள்தான் பொய்ம்மையே மனித உருக்கொண்ட குசராத்தி பனியாவான மோகன்தாசு கரம் சந்து காந்தி. அங்கு குடியுரிமை பெற வேண்டுமென்றால் கைவரை(ரேகை) வைக்க வேண்டுமென்ற (இன்றைய ஆதார் அட்டையைப் போன்று) ஆங்கில அரசின்

கைநாட்டுச் சட்டத்துக்கு எதிராக அங்குள்ள இந்திய மக்களை ஒருங்கிணைத்து அப்படி எவரும் கைநாட்டுப்போட மாட்டோமென ஆணையிட(சத்தியம் செய்ய) வைத்த காந்தி பின்னர் ஆளுவோருடன் உடன்பாடு கண்டு "விரும்பியோர் கைநாட்டி குடியுரிமை பெற்றுக்கொள்ளலாம்" என்று குட்டிக்கரணம் அடிக்க அதை தட்டிக்கேட்ட ஓர் இந்திய முகம்மதியரை எதிர்த்து காந்தியுடன் ருசுத்தம்சீ என்ற இந்தியப் பார்சியும் ஆங்கில ஆட்சியாளரும் கூட்டணி அமைத்தனர். இந்தத் "தகுதி"யுடன் இங்கிலாந்துப் பேரரசருக்கு உரிய கெய்சர் - இ - இந்த்(Kaiser – I – Hind - இந்தியாவின் பேரரசர்) என்ற பட்டத்தையும் காந்திக்கு வழங்கி இந்தியாவுக்குள் கொண்டு இறக்கியது ஆங்கிலர் அரசு. 1919இல் பேரவைக் கட்சியில் இணைந்தார் காந்தி. இங்கு வந்ததும் செய்த முதல் வேலை திலகர் போன்ற முனைப்பியர்களை தீவிரர்களை) ஒழித்துக்கட்டியது. மியான்மருக்கு நாடுகடத்தப்பட்டு சிறையிலடைக்கப்பட்ட திலகரை நெஞ்சில் அடித்து நோயாளியாக்கிக் கொன்றனர். அரவிந்தர், பாரதி போன்றவர்கள் புதுச்சேரிக்குத் தப்பியோடினர். பகத்சிங்குக்கு விதிக்கப்பட்ட தூக்குத் தண்டனையை நிறைவேற்றத் தயங்கிக் கொண்டிருந்த ஆங்கில அரசுக்கு, அவரைத் தூக்கிலிடுவதாயிருந்தால் நடைபெற இருக்கும் சூரத் பேரவைக் கட்சி மாநாட்டுக்கு முன் செய்துவிடுமாறும் இல்லையென்றால் மாநாட்டில் பெரும் கலவரச் சூழல் வருமென்றும் மடல் எழுதி தூக்கிலிட வைத்து மாநாட்டில் தானே ஆங்கில அரசுக்கு எதிராகத் தீர்மானம் படித்து நீலிக்கண்ணீர் வடித்த கயவன் அவன். அவனுக்கு சேலம் நகராட்சி பூங்காவில் அமைத்த சிலையை 1937இல் சென்னை அரசதானியின் அப்போதைய ஆங்கில ஆளுநன் திறந்துவைத்தானென்றால் காந்திக்கும் ஆங்கில ஆட்சியாளர்களுக்கும் இடையிலான உறவைப் புரிந்துகொள்ளலாம் (தென்னாப்பிரிக்காவிலும் சேலத்திலும் நடந்த செய்திகள் தினமணி இதழ்க் கட்டுரைகளிலிருந்து பெறப்பட்டவை. பகத் சிங் பற்றிய செய்தி சுப.வீரபாண்டியன் எழுதிய நூலில் படித்தது.) தென்னாப்பிரிக்காவில் அவனுக்குப் பின்னணி வழங்கியவர்கள் அங்கு வாழ்ந்த அப்பாவித் தமிழர்கள் என்பது குறிப்பிடத்தக்கது.

சிதம்பரனாரின் தேசியப் பொருளியல் முழக்கத்தை எதிர்கொள்ள அயல்நாட்டுத் துணிகளை எரித்தல் போன்ற நாடகங்களை நடத்திக் காட்டியதுடன் கைராட்டை சுற்றும் ஏமாற்றையும் நடத்தினான்.

மாபெரும் சவளி ஆலைகளுக்குச் சொந்தக்காரனான பனியா பிர்லாவின் வளமனையில் வைத்து அவனைப் போன்ற பெருமுதலாளிகளை கைராட்டையில் நூல்நூக்க வைத்த ஏமாற்றுக்கு இணையாக எதையாவது வரலாற்றில் உங்களால் சுட்டிக்காட்ட முடியுமா?

பனியாக்களின் பொருளியல் முற்றாதிக்கத்துக்கு மாபெரும் அறைகூவலாக இருந்தவர்கள் வடக்கத்தி முகம்மதிய முதலாளிகள். பனியாக்களைப் போலன்றி அவர்கள் நிலத்திலும் கடலிலும் வாணிகத்தில் வல்லவர்கள். இரு சாரரும் முகம்மதியர் ஆட்சிக்காலத்தில் ஆட்சியாளர்களுக்கு போர்ச் செலவுகளுக்காக வட்டிக்குக் கடன் கொடுத்தும் பணத்தை அள்ளிக் குவித்துள்ளனர். இந்த முகம்மதியர்களின் போட்டியை அகற்றுவது காந்தியின் திட்டங்களில் முதலிடம் பிடித்தது. அதனாலேயே கட்சி நிகழ்ச்சிகளில் இராம பசனையைப் புகுத்தினான் காந்தி. காந்தி பிறவியில் அம்மணன்(சமணன்), படித்த காலத்தில் இறைமறுப்பாளன், பின்னர் இந்து சமய இலக்கியங்களைப் படித்துத் தன்னை இந்துவாகக் காட்டிக்கொண்டான். இவனுடைய இந்த நடிப்பு இந்திய இயக்கத்தினுள் இருந்த முகம்மதியத் தலைவர்களை உறுத்தியது.

இந்த இடைவெளியில் இங்கிலாந்தில் பிறந்த அன்னி பெசன்று என்ற பெண் இந்தியா வந்து 1890இல் இறையியல் கழகத்தில் இணைந்தார். அதன் தலைவராக இருந்த பிளாவட்கி அம்மையார் இறந்த போது 1907இல் அவர் தலைமைப் பதவியைப் பிடித்தார். இவ்வாறு அமெரிக்க நலன்களுக்காக உருவாக்கப்பட்ட இறையியல் கழகம் ஆங்கிலரின் பிடிக்குள் வந்தது. காந்தியைப் போலவே அன்னி பெசன்றும் பிறப்பில் கிறித்துவர், படிக்கும் போது இறைமறுப்பாளர், பின்னர் இந்து இலக்கியங்களைப் படித்து இந்துவாக நடித்தவர். இவர்கள் இருவரின் இந்த நடிப்புகளைப் பற்றி வில் டூராண்டு என்பவர் எழுதியுள்ள நாகரிகத்தின் கதை (Story of Civilization) என்ற, 14 மடலங்கள் கொண்ட நூலின் முதல் மடலமான கிழக்கு நமக்கு வழங்கிய சொத்து(Our Oriental Heritage) என்ற நூலில் குறிப்பிட்டுள்ளார். போட்டிபோட்டு இருவரும் இந்திய "விடுதலை"க்கு குரல் கொடுத்தனர்.

இந்த முதல் முயற்சி தோற்ற பின்னர் உலக சமய மாநாடொன்றைக் கூட்டி அதில் கலந்துகொள்ள இராமநாதபுரத்து

அரசர் சேதுபதியை அமெரிக்கா அழைத்தது. அவர் விவேகானந்தரை விடுத்தார். அங்கு பாராட்டத்தக்க ஓர் உரையை நிகழ்த்தி அனைவரின் கவனத்தையும் ஈர்த்த அவர் இந்து சமயமென்று கூறப்படும் சமய நடைமுறைகளிலும் மக்கள் உறவுகளிலும் புரட்சிகர மாற்றங்களைப் பரிந்துரைத்தார். வழக்கம் போல் அவரைப் புகழ்ந்துகொண்டே அவரது படிமத்தைப் பயனபடுத்தி படிப்படியாக அமெரிக்காவுடன் கள்ள உறவுடன் சனசங்கம் என்ற பெயரில் ஒரு கட்சி உருவாகியது. இந்திராவின் நெருக்கடி காலக் கொடுமைகளின் எதிர்வினையாக உருவான சனதாக் கட்சியின் உறுப்பாக இணைந்து அமெரிக்கச் சார்பு இயக்கமான நிகர்மை(சோசலிச)க் கட்சியின் குழிபறிப்பால் அவ்வாட்சி கவிழ்ந்த சூழலும் சனசங்கத்தின் வளர்ச்சிக்கு உதவ, பாரதிய சனதாக் கட்சி என்ற புதிய பெயருடன் வெளிப்பட்டது. 1989இல் சீன - அமெரிக்க உறவில் உருவான மார்க்சியப் பொதுமைக் கட்சியின் முயற்சியால வி.பி.சிங்கைப் பயன்படுத்தி ஒரு கூட்டணியை உருவாக்கியதில் அக்கட்சி ஆட்சியைக் கவிழ்த்து மேலும் வலிமை பெற்று 1996இல் தனிப் பெரும்பான்மையுடைய கட்சியாக வளர்ந்து ஆனால் ஆட்சியமைக்க முடியாமல் பின்னர் 1998 கூட்டணி ஆட்சி அமைத்து இடையில் செயலலிதா கூட்டிலிருந்து விலகிக்கொண்டதால் பதவி இழந்து அதன் பின்னர் 1999 - 2004இல் முழுக் காலத்துக்கும் ஆண்டது.

ஆங்கிலர் அரசு அரங்கமைத்து ஆடவிட்ட காந்தி, அன்னி பெசன்று ஆகியோர் முன் நடிப்பின்றி உள்ளத்தூய்மையுடன் உண்மையான விடுதலையான பொருளியல் விடுதலைக்குப் பாடுபட்டதற்காகக் கொடுந்தண்டனை அடைந்து 1912இல் வெளியே வந்த சிதம்பரனாரை ஏனென்று கேட்கக் கூட ஆளில்லை.

இருப்பினும், காந்தியின் அணுகலில் தனக்கு உடன்பாடு இல்லையெனினும் அவர் பேரவைக் கட்சி மாநாடுகளில் கலந்துகொண்டுதான் வந்தார். ஆனால் அவரை எவரும் கண்டுகொள்ளவில்லை. வறுமையில் வாடிய நிலையிலும் அவர் பல மொழிபெயர்ப்பு நூல்களையும் தமிழிலக்கிய ஆய்வு நூல்களையும் எழுதினார். ஈ.வெ.இராமசாமியுடனும் தொடர்பு வைத்திருந்தார்.

இந்தக் கட்டத்தில் அண்ணாத்துரை பணத்தோட்டம் என்ற ஓர் அரிய நூலை எழுதி வெளியிட்டார். அதில் இந்தியாவில் பனியாக்களும் பிறரும் செய்திருந்த தொழில் முதலீடுகளைப்

பட்டியலிட்டு அவர்கள் கைகளில் இந்தியாவின் ஒட்டுமொத்தப் பொருளியலும் சிக்கி இருந்ததைக் குறிப்பிட்டிருந்தார். 1947 தேர்தலில் மாநிலத்திலும் நடுவிலும் ஆட்சியைப் பிடித்த பேரவைக் கட்சியில் மாநிலத்தில் முதல்வராயிருந்த பிரகாசம் என்பவர் மாநிலத்திலுள்ள நூற்பாலை எதுவும் தங்கள் கதிர்களின் எண்ணிக்கையை அதிகரிக்கத் தடை விதித்ததுடன் பல இலக்கங்கள் எண்ணிக்கையில் கைராட்டைகளை இலவயமாக வழங்கினார். அதே வேளையில் நடுவரசு பம்பாய் மாநில(இன்றைய மராட்டி, அரியானா மாநிலங்கள்) சவளி ஆலைகளை மேம்படுத்த 100 கோடி உரூவாய்களை ஒதுக்கியது. அது மட்டுமல்ல சவளித் துறையை இந்தியாவை நான்கு மண்டலங்களாகப் பிரிந்து சென்னையை மும்பை மண்டலத்தின் கட்டுப்பாட்டில் கொண்டுவந்தனர். இவற்றை எல்லாம் சுட்டிக்காட்டிய அண்ணைத்துரை, இதற்குத் தீர்வு தொழிற்சாலைகளை அரசுடைமை ஆக்குவதே வழி என்றார். தொழில் வளர்ச்சிக் கடன் வழங்குவதற்கென்று அரசு உருவாக்கிய நிதியத்தின் இயக்குநர் குழு ஏறக்குறைய முழுமையும பனியாக்களால் நிரம்பியிருந்ததாகக் குறை கூறும் அண்ணாத்துரைக்கு அரசுடைமையாக்கப்பட்ட வங்கிகள் உட்பட்ட நிறுவனங்களில் மட்டும் அவர்கள் மேலாளுமை செலுத்துவார்கள் என்பது தெரியாதா? இன்றைக்கும் அதுதானே நடைபெறுகிறது!

இந்த நூல் மூலம் தமிழக இளைஞர்களுக்கு அண்ணாத்துரையும் அவர் சார்ந்த திராவிடர் கழகமும் தமிழகத்துக்கு பனியாக்களின் சுரண்டலிலிருந்து விடுதலை பெற்றுத் தரப்போகிறார்கள் என்ற ஒரு படிமத்தை உருவாக்கிய அதே நேரத்தில் அவரால் தங்களுக்கு எந்தக் கேடும் வந்துவிடாது என்ற நம்பிக்கையைப் பனியாக்களுக்கு மூட்டினார். இந்தப் பின்னணியில் “திராவிட நாடு பிரிவினை” என்று ஒவ்வொரு முறை சொல்லும் போதும் சென்னை மாகாணத்தின் முதலமைச்சராவது என்றே பொருள்கொண்ட அண்ணைத்துரை 69 அகவையைத் தொட்ட பெரியார் 29 அகவை கொண்ட மணியம்மையை மணந்ததைக் காரணமாக வைத்து தி.மு.க.வை உருவாக்கினார். அவ்வியக்கம் நடத்திய போராட்டங்களில் முதன்மையானது மும்முனைப் போராட்டம் என அறியப்படுகிறது. அதன் குறிகள்:

1. திருச்சி மாவட்டத்தில் டால்மியா சிமென்று ஆலை இருக்கும் பகுதிக்கு டால்மியாபுரம் என்று வைத்திருக்கும் தொடர்வண்டி நிலையப் பெயரைக் கல்லக்குடி என்று மாற்ற வேண்டும்.

2. ஆச்சாரியார் என்று இவர்கள் கேலி கலந்த குரலில் குறிப்பிட்ட இராசகோபாலாச்சாரியாரின் கூற்று ஒன்றை பொருளற்றது என்ற பொருளில் நாண்சென்சு என்று நேரு கூறியதைக் கண்டிப்பது.

3. ஆச்சாரியார் கொண்டுவந்த குலக்கல்வித் திட்டத்துக்கு எதிர்ப்பு

ஆகியவை. இவற்றில் தமிழகப் பொருளியல் நலன்கள் ஏதாவது இருக்கிறதா பாருங்கள். ஆனால் கட்சியின் முழக்கம் மட்டும் வடக்கு வாழ்கிறது! தெற்கு தேய்கிறது! என்பதாகும்.

பெரியாரும் அண்ணாத்துரையும் அவர்களின் துணைவர்களும் பனியாக்களின் சமயமான அம்மண(சமண) சமயம் சாதியத்துக்கும் வருணத்துக்கும் எதிரானது என்று தங்கள் எழுத்துக்கள் மூலம் தங்கள் இயக்கத்தொண்டர்களை மூளைச் சலவை செய்தனர். ஆனால் அந்தக் கருத்து உண்மைக்குப் புறம்பானது. மகாவீரர் எனப்படும் அம்மண சமயத் தலைவர் பார்ப்பனர்களின் மேலாளுமையை எதிர்த்த வாணிக வகுப்பின் கோட்பாட்டாளரே அன்றி சாதி - வருணங்களை எதிர்த்தவரில்லை. நிலத்தை உழுது அதிலிருக்கும் உயிரிகளை அழிப்பவர்களென்று உழுதொழிலாளர்களை இழிவாக நடத்துவதே அம்மண சமயம்.

அரசியலமைப்புச் சட்டப்படி 1965 முதல் இந்தி இந்தியாவின் ஒரே ஆட்சி மொழியாக வேண்டும். அதன்படி அந்தாண்டு சனவரி 26 குடியரசு நாளைத் துயர நாளாகக் கடைப்பிடிப்பதென்று தி.மு.க. அறிவித்தது. கட்சியினர் வீடுகளில் கருப்புக்கொடி கட்டப்பட்டது. தலைவர்களும் தொண்டர்களும் கருப்புப் பட்டைகளை அணிந்தனர். காவல்துறை அவர்களைத் தளையிடத் தொடங்கிய போது தலைவர்கள் பலர் தலைமறைவாகிவிட்டனர். ஆனால் இவர்கள் எதிர்பாரா வகையில் மாணவர் களத்திலிறங்கினர். போராட்டம் கடும் முடுக்கம் பெற்று காவல்துறையினர் மாணவர்களைச் சுட்டுக்கொன்ற நிலையில் பொதுமக்களும் களத்தில் இறங்கி ஒரு காவல்துறை ஆய்வாளரை வண்டிச் சக்கரத்தில் கட்டிவைத்து எரித்துக்கொன்றது என்ற எல்லை வரை சென்றது. பேரவைக் கட்சியின் இந்தியத்

தலைவராக தன் செல்வாக்கின் உச்சியில் இருந்த காமராசர் நினைத்திருந்தால் இந்தப் போராட்டம் உருவான முதல் கட்டத்திலேயே தடுத்திருக்க முடியும். இப்போது எல்லை மீறிய கட்டத்திலும் நடுவில் அமைச்சர்களாக இருந்த சி.சுப்பிரமணியத்தையும் ஓ.வி.அளகேசனையும் பதவி விலகல் நாடகம் நடத்தி இந்திய மக்கள் விரும்பும் காலம் வரை ஆங்கிலமும் ஆட்சிமொழியாய்த் தொடரும் என்ற உறுதிமொழியின் பெயரில் போராட்டம் முடிவுக்கு வந்தது.

இந்தப் போராட்டத்தின் விளைவாக தி.மு.க.வுக்கு மக்கள் செல்வாக்கு குறிப்பாக மாணவர்களிடையிலும் இளைஞர்களிடையிலும் மளமளவென வளர்ந்தது. அதன் பலனை எந்த குறிப்படத்தக்க பங்களிப்பும் இன்றி தி.மு.க. தலைவர்கள் அறுவடை செய்தனர். அன்று வீழ்ந்த பேரவைக் கட்சி அதன் தலைவர்களான காமராசர் போன்றோர் அந்த இயக்கத்தினுள் புகுத்திய தமிழகம், தமிழ் மொழி ஆகியவற்றின் மீதான வெறுப்பு எனும் நஞ்சேறி நாளுக்கு நாள் நலிவடைந்து வருகிறது. 1970இல் கல்லூரிகளில் தமிழைப் பாடமொழியாக கருணாநிதி அறிவித்தார். அதனைத் தன் கட்சி வளர்ச்சிக்குப் பயன்படுத்த நினைத்த காமராசர் மாணவர்களைத் தூண்டி இந்தி எதிர்ப்புப் போராட்டத்துக்கு இணையான ஒரு தமிழ் எதிர்ப்புப் போராட்டத்தை உருவாக்கினார். ஆனால் கருணாநிதி காமராசர் போல் முரட்டுப் பிடிவாதம் பிடிக்காமல் தமிழைக் காவுகொடுத்தார். அன்று மட்டும் தமிழ் கல்லூரிகளில் பாட மொழியாகத் தொடர்ந்திருக்குமாயின் இன்றைய சூழலில் அக்கல்வி கற்ற மாணவர்கள் தமிழகத் தேசியத்தை அதன் எல்லைக்கு இட்டுச் சென்றிருப்பர்.

மக்களுக்கு இலவயங்களைக் கொடுத்து அப்பண்டங்களை வாங்குவதில் தரகும் வழங்குவதில் ஊழலும் செய்து கள்ளுக் கடைகளைத் திறந்து அதில் கட்சிக்காரர்களும் ஆட்சியர்களும் ஆதாயம் பார்த்து தமிழகத்தை அழிவின் விளிம்புக்குக் கொண்டுவந்துவிட்டனர். நடுவரசின் மூலம் பனியாக்களுக்கு எல்லா வசதிகளும், மாநில அரசால் ஊழல் கொள்ளைகள், இரு கூட்டமும் சேர்ந்து இந்திய நாணய மதிப்பை கீழே, கீழே கொண்டுபோய் பனியாக்களும் ஆட்சியாளர்களும் ஏற்றுமதி இறக்குமதிகளில் கொள்ளை என்று அன்று மருதுபாண்டியர்களை முன்னறிந்து போராட

வைத்த விளைவுகளைத் தமிழகமும் இந்தியாவின் பிற தேசிய மக்களும் பட்டறிந்து வருகின்றனர். நம் எதிரிகள் அவ்வளவு எளிதானவர்களல்லர். உலகளாவிய வலைப்பின்னல் கொண்டவர்கள். கட்டபொம்மன், பூழித்தேவன், மருதிருவர், தென்னாப்பிரிக்கத் தமிழர், சுபாசு சந்திர போசின் பின்னர் அணிவகுத்த தெற்கு, தென்கிழக்காசிய நாட்டுத் தமிழர்கள், இந்தி எதிர்ப்புப் போராட்டம் நடத்திய தமிழக மக்கள், இறுதியாக மாவீரன் பிரபாகரன் பின்னால் அணிதிரண்டு வல்லரசியத்தையே நடுங்க வைத்த ஈழத் தமிழர்கள் என்று அடையாளம் கண்டு தமிழர்களை ஒரு சொந்த நாடின்றி அலைய வைக்க வேண்டுமென்றுதான் பனியா இந்திய அரசின் பின்னால் வல்லரசியம் அணிதிரண்டு நிற்கிறது. இந்த அறைகூவலை எதிர்கொள்ள முதலில் இந்தியாவிலுள்ள பிற தேசிய மக்களையும் அதனோடு தொடர்ந்து இந்தியாவுக்கு வெளியில் வல்லரசியத்தின் சுரண்டலுக்கு உள்ளாகும் ஏழை நாட்டு மக்களையும் ஒருங்கிணைந்து அவர்களுக்கு அரசியல் - பொருளியல், பொருளியல் - அரசியல் விழிப்புணர்வை நாம் ஊட்ட வேண்டும். நீண்ட காலமும் கடும் உழைப்பும் இழப்பும் ஈகமும் தேவைப்படும் இப்பணியை இன்றே இப்பொழுதே தொடங்குவோம் என்று உறுதி ஏற்போம்! இதை விட்டால் வேறு வழியே இன்று இல்லை.

கடந்த கால வரலாறு தரும் பாடங்களிலிருந்து மண்ணே, அதாவது நிலமே அடிப்படையானது, அதைக் காப்பதற்காக மண்ணின் மைந்தர்களிடையிலான ஒப்பற்ற ஒற்றுமையே இன்றியமையாதது என்பதை உணர்ந்து செயற்படுவோம்!

வெல்க தமிழகம்!

வாழ்க தமிழ்!!

ஓங்க தமிழக மக்கள் ஒற்றுமை!

நிலைக்க மருது பாண்டியர் புகழ்!